"पिता बनण्यापेक्षा जास्त खास आणि पवित्र भूमिका कुठलीच नसते, याचे स्मरण आपल्याला या पुस्तकातून घडते."

— मेरलिन ऑल्सेन
NFL Hall-of-Famer, अभिनेत्री

" 'चिकन सूप फॉर द फादर्स सोल' पित्याचं मुलांबद्दलचं अमर्याद प्रेम अधोरेखित करते."

— रॉबर्ट डेडमन
अध्यक्ष, क्लबकॉर्प

"वडिलांचं प्रेम ही एक सर्वोत्तम भेट मिळालेली गोष्ट असते, हेच या विलक्षण कथासंग्रहातून दिसून येतं."

— बार्बरा डी ॲन्जेलिस, पीएच.डी.
'व्हॉट विमेन वॉन्ट मेन टू नो'च्या लेखिका

"'चिकन सूप फॉर दे फादर्स सोल' मधल्या सुंदर कथांनी मला पिता बनणं हे सर्वोत्तम वरदान असल्याची आणि उत्तम पिता बनणं, ही मी माझ्या मुलांना देऊ शकतो, अशी सर्वोत्तम भेट असल्याची जाणीव दिली."

– मॅट मार्कस्टारकर, एक पिता

"ज्यांना आपण घेतलेला सर्वोत्तम निर्णय आठवून पाहायचा असेल, अशांसाठी 'चिकन सूप फॉर द फादर्स सोल' हा सुखद वाचनानुभव आहे. हा निर्णय म्हणजे : पिता बनण्याचा."

– क्लाईड ड्रेक्स्लर, माजी NBA खेळाडू

"प्रेमळ पिता हा त्या व्यक्तीच्या मुलांसाठी आशीर्वादच असतो. या हृदयस्पर्शी कथा पितृत्वातील गुंतागुंतीच्या भावना आणि आनंदाचे अनेक क्षण उलगडून दाखवतानाच, जगभरातील समर्पित व आस्थेवाईक पित्यांसाठी उदाहरण घालून देतात."

– सारा ओ' मिअरा आणि यॉनी फेडरसन
संस्थापक, चाइल्डहेल्प, यूएसए

चिकन सूप फॉर द फादर्स सोल

भाग २

पित्याचं काळीज उघडून दाखवणाऱ्या हळुवार कथा...

लेखक व संकलन

जॅक कॅनफिल्ड / मार्क व्हिक्टर हॅन्सन

जेफ ऑबेरी / मार्क डोन्नेल्ली / क्रिसी डोन्नेल्ली

मराठी अनुवाद

सुप्रिया वकील

मेहता पब्लिशिंग हाऊस

Please contact us at **Mehta Publishing House,** 1941, Madiwale Colony, Sadashiv Peth, Pune 411030. ✆ +91 020-24476924 / 24460313
Email : info@mehtapublishinghouse.com
production@mehtapublishinghouse.com / sales@mehtapublishinghouse.com
Website : www.mehtapublishinghouse.com

◆ *या पुस्तकातील लेखकाची मते, घटना, वर्णने ही त्या लेखकाची असून त्याच्याशी प्रकाशक सहमत असतीलच असे नाही.*

CHICKEN SOUP FOR THE FATHER'S SOUL by **Jack Canfield, Mark Victor Hansen, Jeff Aubery, Mark Donnelly and Chrissy Dennelly**

Translated into Marathi Language by Supriya Vakil

चिकन सूप फॉर द फादर्स सोल भाग - २

अनुवाद : सुप्रिया वकील
१०२, यशोवर्धन अपार्टमेंट, ६५३ ई, शाहुपुरी ३री गल्ली,
कोल्हापूर - ४१६००१ ✆ ०२३१-२६५८२८५

प्रकाशक : सुनील अनिल मेहता, मेहता पब्लिशिंग हाऊस,
१९४१, सदाशिव पेठ, माडीवाले कॉलनी, पुणे - ४११०३०.

मुखपृष्ठ : मेहता पब्लिशिंग हाऊस

आतील चित्रे : घन:श्याम देशमुख

प्रथमावृत्ती : मार्च, २०१६

P Book ISBN 9788184989960

रॉबर्ट एल. डोन्नेल्ली तुमच्या
प्रेमळ आठवणींसाठी....
तुमचं हृदय, आत्मा,
प्रेम आणि ज्ञान
या पुस्तकाच्या पानापानांमध्ये आहे....

चार शब्द...

'आई' या दोनच शब्दांतून मायाळू, मनावर हळुवार फुंकर घालणाऱ्या, सांभाळ करणाऱ्या, बिनशर्त प्रेम करणाऱ्या व्यक्तीची प्रेमळ प्रतिमा उभी राहते, तर बाबा म्हटलं की, संरक्षक, सगळ्या गोष्टी पुरवणाऱ्या, शहाणपणाचे धडे देणाऱ्या अधिक खंबीर व्यक्तीची प्रतिमा उभी राहते. पित्याचं प्रेम, तेही तितकंच दृढ व विश्वासार्ह असूनही, तितक्या भावनाशीलतेनं ते व्यक्त होत नाही अथवा पूर्णत: लाभत नाही.

तीन वर्षांपूर्वी आम्ही या प्रकल्पाला सुरुवात केली, ती याच 'पितृत्वा'चा तसा सहजी हाती न येणारा गंध त्याच्या अगणित स्वरूपांमध्ये मिळवण्याचा प्रयत्न करण्यासाठी. बरेचदा गैरसमजांची शिकार होणारं पिता व मुलांमधलं नातं आई-मुलांमधल्या भावबंधांपेक्षा वर्णन करायला कितीतरी पट अवघड असतं. आमच्या या कामामध्ये आम्हाला आढळलं की, 'बाबा'सुद्धा मनावर हळुवार फुंकर घालणारे, सांभाळ करणारे, मायाळू असतात. ते विनोदवीर असतात, प्रशिक्षक असतात, नेता असतात आणि आयुष्यातील सर्वांत महान धडे देणारे गुरूही असतात.

या पुस्तकात सहभागी होणाऱ्या प्रत्येकानं पित्याची मनाला भिडलेली गोष्ट व घडलेलं परिवर्तन याबद्दल लिहिलं आहे. यातील बऱ्याच गोष्टी पित्यांनी लिहिलेल्या आहेत; पण तुम्हाला यामध्ये मुलं आणि नातवंडांचे विचारही कळतील. या लोकांनी पित्याचं प्रेम अनुभवलं आहे, समजून घेतलं आहे आणि त्यांच्यामध्ये अधिक चांगले बदल घडले आहेत.

कदाचित यातल्या काही कथा तुम्हाला पित्याच्या महत्त्वपूर्ण भूमिकेचं महत्त्व अधिक जाणवून देतील; काही कथांतून तुम्हाला आपल्या कुटुंबासमोर प्रेम कसं व्यक्त करावं, याबद्दलच्या नव्या कल्पना मिळतील. तुमच्या वडिलांना तुमच्याबद्दल जे गाढ प्रेम आहे, त्याची जाणीव तुम्हाला काही कथांतून होईल, तर काही कथा तुमच्या काळजाची तार छेडतील.

आम्हाला या कथांनी खूप आनंद दिला आणि खूप काही शिकवलंही. तुम्हालाही तसाच अनुभव येईल, अशी आम्हाला आशा आहे. आमच्या असंही लक्षात आलं की, काही 'बाबा' त्यांच्या भावना शब्दांत व्यक्त करत नसले, तरी भावनेच्या पातळीवर ते आईच्या बरोबरीनं, कधी-कधी तर तिच्याहूनही सखोल असतात. पितृत्वाची जबाबदारी पार पाडताना वेदनेचे आणि त्यावर हळुवार फुंकर घालण्याचे, गोंधळाचे आणि डोक्यात लख्ख प्रकाश पडण्याचे, अश्रूंचे आणि हास्याचे अनेक क्षण येतात. हे अर्थातच बिनशर्त प्रेम असतं; पण याचा स्वाद मातृत्वापेक्षा निराळा असतो. आम्ही हा 'फादर्स सोल'चा मूक उत्सव तुमच्यासाठी सादर करण्याचा प्रयत्न केला आहे.

– जॅक कॅनफिल्ड, मार्क व्हिक्टर हॅन्सन,
जेफ ऑबेरी, मार्क डोन्नेल्ली, क्रिसी डोन्नेल्ली

अनुक्रमणिका

'चिकन सूप फॉर द फादर्स सोल ' या इंग्रजी कथासंग्रहाचे (एकूण ७३ कथा) रसिक वाचकांच्या सोयीसाठी आम्ही हेतुतः भाग १ व भाग २ असे दोन सुटसुटीत कथासंग्रह अनुवादित केले आहेत. या पुस्तकांचेही रसिक वाचक उत्स्फूर्त स्वागत करतील, अशी आम्हास खात्री आहे.

प्रकाशक

१

खास क्षण

आयुष्यातल्या चमत्कारांची यादी करायला घेतलीत तर, तुमच्या बाळानं तुमच्याकडं पाहून पहिल्यांदा स्मित केलं होतं, तो क्षण यादीत वरच्या स्थानाजवळ असेल.

– बॉब ग्रिन

टॅन्डम सफर

१९८८ साली मी आणि माझे वडील डेन्वर, कोलोरॅडोहून निघालो. आम्ही व्हिएतनाम चॅलेंजमध्ये भाग घेणार होतो. ही उत्तरेकडील हॅनाई ते दक्षिणेतील 'हो चि मिन्ह' या शहरापर्यंतची सोळा दिवसांची आणि बाराशे मैलांची सायकल सफर होती. मी व्हिएतनामला पहिल्यांदाच निघालो होतो आणि डॅडी दुसऱ्यांदा व्हिएतनाम युद्धात 'फायटर पायलट' होते, त्या वेळी त्यांनी शेकडो मोहिमांत भाग घेतला होता. त्यानंतर मात्र ते कधी इकडं आले नव्हते.

मी दृष्टिहीन असल्यामुळं आम्ही दोघं 'टॅन्डम' म्हणजे जोड दुचाकी सायकल चालवायचो (या सायकलला दोन सीट, दोन पेडल असतात.) मात्र, दिवसभरात नऊ तास डॅडना असं बांधून राहणं, मला नेहमीच आवडायचं असं नाही.

आम्हा दोघांना एकत्र मिळून सायकलवर बसावं लागायचं, एकाच गतीनं पेडल्स मारावी लागायची, एवढंच नाही तर आम्ही पोशाखसुद्धा सारखेच घालायचो. आम्ही दोघं एकसारखे तंग गणवेश आणि हेल्मेटस घालायचो... या सफरीच्या सुरुवातीलाच माझा उन्हाचा चष्मा मोडला, त्या वेळी माझ्या डॅडनी त्यांच्याकडचा जादा 'कोक बॉटल' गॉगल मला दिला होता.

"आपण जुळे आहोत," ते मजेनं म्हणायचे.

"हो बरोबर," मी आणखी काय बोलणार!

आमच्या टीममधला कुणीतरी आम्हाला मागं टाकून पुढं जाताना ओरडून जायचा,

"काय विहेनमेयर, कसं काय चाललंय?"

मला डोळ्यांवरच्या तो गॉगल आवडायचा नाही.

मला माझ्या वडिलांबद्दल शंकाकुशंका असल्या तरी आमच्या या सफरीत या खासगीपण जपणाऱ्या माणसाबद्दल खूप काही जाणून घेता आलं.

आम्ही पूर्वीचा डीएमझेड म्हणजेच 'डीमिलीटराईज्ड झोन' पार करत असताना डॅड म्हणाले, ''माझं बोलणं जुनाट, बुरसटलेलं वाटेल; पण आज इतक्या वर्षांनंतरही मला राष्ट्राध्यक्ष केनेडींच्या भाषणातले शब्द ऐकू येतात... 'तुमचा देश तुमच्यासाठी काय करू शकतो याची विचारणा करू नका, तर तुम्ही तुमच्या देशासाठी काय करू शकता, याचा विचार करा.' तेव्हा आजही माझा कंठ दाटून येतो.''

ते जणू एखादं मौल्यवान गुपित सांगावं, तसं बोलत होते. बहुधा ते खरंच गुपित सांगत असावेत. त्यांचा चिवट आशावाद पाहून मी थक्क झालो. त्यांच्या भोवतीचे लोक कंटाळून गेले असले, तरी त्यांचा आशावाद, त्यांना देशाप्रती वाटणारा विश्वास टिकून होता.

मी दोषैक दृष्टिवाल्या पिढीतला होतो. देशभक्ती वगैरे भाबडेपणा असतो आणि ती दक्षिण व्हिएतनामच्या रणांगणावरच संपली, अशी आम्हाला शिकवण मिळाली होती.

कॉलेजमध्ये युद्धेतिहासाचा तास झाला की, मी त्यांच्याशी वाद घालायचो,

''तुमचा देश तुम्हाला जे करायला सांगेल ते तुम्ही अंधपणे करू नये. तुम्ही तुमच्या सदसद्‌विवेकबुद्धीला स्मरून वागलं पाहिजे. तुमच्या देशाची जी भूमिका आहे, तीच तुमची भूमिका आहे का, याचा तुम्ही विचार केला पाहिजे.''

''देशभक्ती पाठ्यपुस्तकात शिकायची नसते,'' ते संतापून सांगायचे,

''प्रत्येक अमेरिकी माणसानं देशापेक्षा स्वतःला महत्त्व दिलं असतं तर? तर आज आपण कुठं असतो?''

मी या वादाकडं ऐतिहासिक वादविवाद विषयाचा अभ्यास म्हणून जास्त पाहात असलो, तरी ते ज्या त्वेषानं त्यांची बाजू मांडायचे, त्याचं मला आश्चर्य वाटायचं.

आम्ही 'व्हिएतनाम चॅलेंज'च्या निम्म्या टप्प्यावर आलो असताना आमच्यासमोर आव्हान उभं राहिलं. आम्ही 'है वॅन' खिंडीच्या दिशेनं सायकल मारत होतो. आम्ही समुद्रसपाटीपासून ३२८० फुटांवर होतो. हा सहा मैलांचा दहा टक्के उतार असलेला रस्ता दक्षिण-उत्तर अशी विभागणी करत होता. आमच्या संपूर्ण सफरीत या टप्प्यात शारीरिक क्षमतेची अक्षरशः परीक्षा होती. हवामान गरम आणि दमट होतं. आमच्यात काहीही मतभेद असले तरी आता आम्ही एकदिलानं टीम बनून मार्गक्रमण करणं आवश्यक होतं.

माझे वडील – प्रिन्सटन – फुटबॉल टीमचे कप्तान होते. ते म्हणायचे की, मी काही सर्वोत्तम, तरबेज खेळाडू नव्हतो, पण बहुधा सर्वांत 'उत्साही' होतो. एकदा त्यांनी 'किक ऑफ्स'मध्ये प्रतिस्पर्ध्याला इतकं जोरात 'हिट' केलं होतं की, त्यांना स्वतःलाच लागलं होतं. माझ्या डॅडना आव्हानांचा सामना करायला आवडायचं. आणि 'है वॅन' खिंड हे असंच एक आव्हान होतं.

आम्ही काही वेळ हळूहळू चढण चढलो; पण मग रस्ता अधिकाधिक खडा होत गेला. मी पेडल मारत असताना मनात कालचे विचार होते. मला 'माय लाई वॉर क्राइम म्युझिअम'चा धूळीनं माखलेला पार्किंग लॉट... डॅडचे शब्द आणि त्यांचे नाखुशीचे अश्रू आठवत होते.

माझ्या आयुष्यात मी त्यांना फक्त दोनदा रडताना पाहिलं होतं. एकदा त्यांचे वडील गेले तेव्हा आणि दुसऱ्यांदा माझी आई गेली तेव्हा; पण काल त्यांच्या अभिमानानं फुललेल्या चेहऱ्यावर उष्ण अश्रू वाहात होते.

"आय ॲम नॉट अ वॉर क्रिमिनल." ते म्हणाले.

"माझा एक मित्र होता... गस," ते सांगत होते. बोलताना त्यांना हुंदके अनावर होत होते,

"त्यानं एकाच बाईशी तीनदा लग्न केलं. ते वेगळं व्हायचे, मग पुन्हा लग्न करायचे. त्याची ड्युटी संपल्यामुळं तो घरी जाणार होता, पण अखेरच्या दिवशी तो आणखी एका मोहिमेसाठी स्वत:हून तयार झाला." डॅडनी खोल श्वास घेतला.

"उत्तर व्हिएतनाममध्ये कुठंतरी त्यांचं विमान गडप झालं. तो फुकाफुकी प्राणाला मुकला, यावर कसा विश्वास ठेवू मी? मला कुठल्याही युद्धाचा अभिमान वाटत नाही," ते मृदू स्वरात म्हणाले, "पण मला मी माझ्या देशाप्रती सेवा बजावली, याचा अभिमान आहे."

ध्वनिक्षेपकावरून कानी पडणाऱ्या व्हिएतनामी राष्ट्रगीताच्या पार्श्वभूमीवर डॅडींचे शब्द ऐकताना मला उमगू लागलं होतं की, त्यांच्यालेखी देशभक्तीचा अर्थ त्यांच्या वैयक्तिक जीवनाच्या अर्थाशी सखोल गुंतला होता. मला खूप अवघडल्यासारखं झालं होतं, मी त्यांच्याजवळ गेलो आणि त्यांच्या खांद्याला स्पर्श केला. जणू मी सूक्ष्म स्तरावर एका भूमिकेतून दुसऱ्या भूमिकेत प्रवेश करत होतो.

पूर्वी, डॅडनं कायम माझ्या खांद्यावर हात ठेवला आहे. मला वयाच्या तेराव्या वर्षी अंधत्व आलं. त्याच दरम्यान आमचं कुटुंब एकत्र मिळून 'हाइकिंग'ला जाऊ लागलं. त्या वेळी डॅड माझ्या खांद्यावर हात ठेवायचे आणि मला चढ्या खडकाळ रस्त्यावरून घेऊन जायचे. त्यामध्ये कौशल्य अथवा सफाई नसायची, त्यामुळं कधीकधी पाय अशा जागी पडायचा की, आम्ही दोघं रस्त्याकडेला घसरायचो. आमचा तोल कितीही जोरात गेला, तरी माझे वडील हार न मानता माझा शर्ट धरून ठेवायचे.

त्या दिवशीच्या आमच्या सायकल-प्रवासात, है वॅन खिंडीकडं जाणाऱ्या सर्वांत खड्या रस्त्यावरून जाताना आता डॅडसाठी काहीतरी करण्याची माझी वेळ होती. आमच्या छोट्याशा टीमला माझ्या पायांनी बळ देऊन खड्या चढावरून माथ्यापर्यंत न्यायचं होतं.

"आपण तुम्हाला हवं तितकं सावकाश जाऊ; पण आपण थांबायचं नाही," मी अधिकारवाणीनं म्हणालो; पण डॅडना दम लागलेला पाहून मी मागं सरकलो.

"तुम्ही म्हणत असाल तर आपण थांबू या."

पण डॅड पेडल मारत राहिले.

आम्ही एक चढ पार केला की, पुढं रस्ता आणखी खडा होत होता. मीही सगळं लक्ष आणि ताकद एकवटून पेडलिंग करत होतो. चढण पार पडली आणि रस्ता थोडा सुकर झाला की, मी थोडा सैलावत होतो, नवी लय पकडत होतो... तोवर नवा चढ येत होता. कधीकधी तर मला वाटत होतं की, डॅड प्रतिस्पर्धी लाइनमनवर स्वत: शीणेपर्यंत हल्ला चढवायचे तसे, ते खड्या भागांवर हल्ला चढवत आहेत.

"आरामात!" मी सांगत होतो, "आपण तिथं पोहोचेपर्यंत सावकाश, संथ...."

"अजून अर्धा मैल आहे," डॅड म्हणाले. त्यांनी कसंबसं अवसान टिकवलं होतं. मीसुद्धा प्रचंड दमलो होतो. टायरमधली हवा जावी तशी मला पायातली शक्ती गेल्यासारखं वाटत होतं. माथ्यावरून आम्हाला प्रोत्साहनपर आरोळ्या ऐकू येत होत्या. अजून बरंच अंतर पार करायचं होतं.

मी आमच्या पेडलिंगची लय शिकवत होतो. मी माघार घेऊ देणार नव्हतो.

"फक्त शंभर यार्डस," डॅड धापा टाकत म्हणाले.

आरोळ्यांचा आवाज आणखी जवळ आला होता. तितक्यात आम्ही रस्त्याच्या मध्यात असलेल्या एका मोठ्या दगडाला धडकतो. डॅड 'फिनिश'कडं नजर लावून इतकं लक्ष एकवटून पाय मारत होते की त्यांना तो दगड दिसलाच नाही.

आमची सायकल कोलमडली. आम्हा दोघांच्यातही त्यावर काही प्रतिक्रिया देण्याएवढंही त्राण नव्हतं. मी रस्त्यावर पडलो आणि उतारावरून गडगडत गेलो; पण वेळेवर सावरून पुन्हा डॅडना मदत करायला आलो. त्यांना जलद हालचाल करणं जमत नव्हतं. आम्ही काही अंतर सायकल ढकलत नेली.

"मला जरा कसंतरी होतंय... जरासं," ते म्हणाले.

आमच्या टीमच्या स्वागतासाठी लोक जमले होते. त्या घोळक्यातून आम्ही सायकल ढकलत नेत होतो.

गर्दीपासून बाजूला मी आमच्या सायकलजवळ उभा असताना मनात एकच विचार होता. दोषैकवृत्तीच्या प्रपातालासुद्धा तोंड देत, इतकी वर्षं ज्या दुर्दम्य आशावादानं माझ्या वडिलांमधलं चैतन्य आयुष्यभर कायम ठेवलं आहे, तोच आशावाद माझ्याही जीवनात उतरला आहे आणि त्यानं मला बळ दिलं आहे. माझ्या वडिलांचं आणि माझं 'टची फिली' प्रकारचं नातं नाही. उलट, आमच्या घरात प्रेम उघडपणे व्यक्त करायची पद्धत नाही.

खिंडीच्या माथ्यावर आल्यानंतर मी या सफरीत दुसऱ्यांदा त्यांच्या खांद्यावर हात ठेवून म्हणालो, "गुड जॉब! ग्रेट जॉब!"

मी त्यांच्याशी बोलत होतो, स्वत:शी बोलत होतो... दोघांशीही बोलत होतो. आम्ही दोघांनी एकत्र मिळून ही कामगिरी फत्ते केली होती.

आमच्या अखेरच्या टीम डिनरच्या वेळी जागतिक दीर्घपल्ल्याची जलतरणपटू डायना नायडनं माझ्या वडिलांशी झालेल्या संभाषणातला स्फूर्तिदायक भाग सांगितला.

"मी युद्धातून पार पडलोय," माझ्या डॅडनी तिला सांगितलं होतं.

"मी माझ्या मुलाची दृष्टी जाताना पाहिलीय. मी माझ्या पत्नीला कार अपघातात मरताना पाहिलंय. काही लोकांना वाटतं मी संवेदनाहीन आहे; पण मी काय करावं? मी कसं वागायला पाहिजे? मी सगळं सोडून द्यायला पाहिजे होतं? मी माघार घ्यायला पाहिजे? आयुष्य फार मौल्यवान आहे, माझ्या हातात आहे ते फक्त जगणं."

डायनाच्या मुखातून माझ्या वडिलांचे शब्द ऐकताना मी एका दीर्घ स्वप्नातून जागा होतोय, असं वाटलं. जवळजवळ दोन आठवड्यांपेक्षा जास्त काळ आम्ही या टँडममुळं एकत्र बांधले गेले होतो; पण त्यांच्या मनाशी मात्र माझे बंध जुळले नव्हते. त्यांच्यासारखाच मीही माझ्या अंधत्वाशी, माझ्या आईच्या निधनामुळं आलेल्या दु:खाच्या झाकोळाशी खूप लढलो होतो आणि त्यांच्याप्रमाणेच मीही जगायचं, हा पर्याय निवडला होता. त्यामुळं एका अर्थानं आम्ही दोघं समान स्तरावर होतो. डिनरच्या वेळी आमच्या सायकल-सफरीचा विचार करताना मला माझ्या वडिलांचा अभिमान वाटला, स्वत:चाही अभिमान वाटला, पण विशेषकरून अभिमान वाटला तो त्यांचा मुलगा असण्याचा.

– एरिक विहेनमेयर

अजून डॅडी... अजून!

दुसऱ्याच्या भावनांची कदर ठेवून बोला. दहशतीच्या जोरावर राज्य करण्यापेक्षा प्रेमाच्या बळावर राज्य करणं केव्हाही अधिक चांगलं.

– ॲमिश वचन

अलीकडचीच गोष्ट आहे. एका चर्चासत्रामध्ये माझं भाषण संपल्यानंतर एका बाईनं माझा हात धरला. आपल्या सर्वांनाच शब्दांत व्यक्त करण्याची किती प्रचंड गरज असते, हा माझ्या भाषणाचा विषय होता.

"डॉ. ट्रेन्ट, मी तुम्हाला माझी गोष्ट सांगू?" तिनं विचारलं.

"खरं तर ही गोष्ट माझा मुलगा आणि माझी नात यांची आहे. तुम्ही आता जे 'शब्दांत व्यक्त करण्याचं महत्त्व' याबद्दल बोललात, तेच या गोष्टीत आहे.

"माझ्या मुलाला दोन मुली आहेत. एक पाच वर्षांची आहे आणि दुसरी दोन वर्षांची आहे... 'टेरीबल टूज' टप्प्यात."

तुम्हाला सांगतो जेव्हा एखादी आजी एखाद्या मुलाबद्दल ते 'टेरीबल टूजच्या' टप्प्यात आहे असं म्हणते, तेव्हा ते खरंच असतं!

"बरीच वर्षं माझा मुलगा थोरलीला 'डेट'साठी बाहेर नेत होता, पण अगदी आत्ता आत्तापर्यंत त्यानं धाकटीला असं कधी बाहेर नेलं नव्हतं. नुकतंच त्यानं पहिल्यांदाच तिला इथल्याच एका फास्टफूड रेस्टॉरन्टमध्ये ब्रेकफास्टला नेलं.

"त्यांनी मागवलेले पॅनकेक समोर आल्यावर माझ्या मुलानं तिला त्याचं तिच्यावर किती प्रेम आहे, त्याला तिचं किती कौतुक आहे, हे सांगायचं ठरवलं."

"जेनी," तो म्हणाला, "माझं तुझ्यावर किती प्रेम आहे, तू तुझ्या मॉमच्या आणि माझ्यालेखी किती खास आहेस ही गोष्ट तुला कळावी, असं मला वाटतं. तुझ्यासाठी आम्ही अनेक वर्षं प्रार्थना केलीय. आता तू आमच्यासोबत आहेस, इतकी

छान गुणाची राणी आहेस, आम्हाला तुझा खूप-खूप अभिमान वाटतो.''

हे सगळं बोलून झाल्यानंतर त्यानं खायला सुरुवात करण्यासाठी काटा-चमचा उचलला... पण तो त्याच्या मुखापर्यंत पोहोचलाच नाही.

त्याच्या मुलीनं तिचा इवलासा हात त्याच्या हातावर ठेवला होता. त्यानं तिच्याकडं पाहिलं तेव्हा ती हळुवार आर्जवी स्वरात त्याला म्हणाली,

"अजून डॅडी... आणखी सांगा.''

मग त्यानं हातातला काटा-चमचा खाली ठेवला आणि मम्मी-डॅडी तिच्यावर इतकं का प्रेम करतात, ती त्यांना इतकी का आवडते, त्याची आणखी काही कारणं सांगितली. दुसऱ्यांदा... तिसऱ्यांदा... चौथ्यांदा... ती म्हणत राहिली, 'अजून, डॅडी... आणखी सांगा.'

त्या दिवशी सकाळी या डॅडीला फारसं काही खाता आलं नाही; पण त्याच्या मुलीला मात्र तिला अतिशय आवश्यक असणारा भावनिक सकस आहार मिळाला.

असेच काही दिवस गेले. एके दिवशी ती उत्स्फूर्तपणे तिच्या आईकडं धावत गेली आणि म्हणाली,

"मॉमी, मी खरंच खूप खास मुलगी आहे, हे मला डॅडींनी सांगितलंय.''

– जॉन ट्रेन्ट

मी डॅडींची मुलगी

मागच्या अनुभवावरून असं दिसून आलं आहे की, तिच्याशी वागण्याचा सर्वोत्तम मार्ग म्हणजे तिच्याकडं संपूर्ण लक्ष देणं व तिला भरभरून प्रेम देणं.

– लिन्डॉन जॉन्सन

अलीकडचीच गोष्ट आहे. मी एके दिवशी सायंकाळी वाणसामान आणायला दुकानात गेले होते. माझा नवरा मुलांसमवेत घरीच थांबला होता. सहाजणांच्या कुटुंबासाठी खरेदी करायची, त्यातसुद्धा चार पुरुष असताना, म्हणजे वेळ लागतोच त्यामुळं मला घरी परत यायला उशीर झाला. मी घरी आले तेव्हा सगळीकडं अंधार होता आणि घर कधी नव्हे इतकं शांत होतं. मी वाणसामानाची पिशवी खाली ठेवून घाईनं बेडरूममध्ये गेले. बेडरूममध्ये खिडकीतून चांदणं मंद झिरपलं होतं. स्कॉट डोक्यामागं हात घेऊन, नजर छतावर लावून पहुडला होता. तो अतिशय विचारमग्न दिसत होता. त्याला काहीतरी चिंता सतावतीय, असं मला जाणवलं.

"हे ऽ," मी बिछान्यावर त्याच्याशेजारी बसत मृदू स्वरात विचारलं, "काय झालं?"

"अं... मी माझ्या मुलीबद्दल विचार करत होतो," तो लाजून हसत म्हणाला, "आणि... माझं तिच्यावर किती प्रेम आहे, याबद्दल विचार करत होतो."

ती सायंकाळ अतिशय रम्य गेली होती, हे उघड होतं.

"रॅशेल आणि तू काय केलंत?" मी विचारलं.

"वेल," तो उसासा सोडत म्हणाला. तो भावना व्यक्त करण्यासाठी शब्द शोधत होता.

"मी जादा लाकूड जाळण्यासाठी बाहेर शेकोटी पेटवली, तितक्यात फोन आला. फोनवर माझी एकाशी वादावादी झाली आणि माझं बिनसलं. मग मी बाहेर

शेकोटीजवळ जाऊन सैलावण्याचा प्रयत्न करत होतो, तितक्यात आपली चिमणी बाहेर येऊन मला बिलगत म्हणाली,

"डॅड, तुम्हाला मिठीची गरज आहे असं दिसतंय."

एवढं बोलून स्कॉटनं जरासा विश्राम घेतला आणि समाधानाचा निःश्वास सोडत तो म्हणाला,

"शी इज माय लिटल स्वीटहार्ट, यू नो."

"आय नो," मी त्याच्या मानेवरून हात फिरवत सस्मित चेहऱ्यानं म्हणाले, "आणि ती कायम राहील."

दुसऱ्या दिवशी संध्याकाळी स्कॉट कामावरून घरी आला, तेव्हा मी कोचावर गाढ झोपले होते. त्यानं लांब देठाच्या गुलाबपुष्पानं माझ्या नाकावर स्पर्श करत मला जागं केलं. मी काही बोलण्याआधीच रॅशेल तिच्या खोलीतून तिथं आली. तिच्या चेहऱ्यावर स्मिताचे गुलाब बहरले होते. कोचावर माझ्याशेजारी धपकन उसळताना तिच्या सोनेरी बटाही आनंदानं लहरत होत्या. तिच्या इवल्याशा, सडपातळ हातांत ताज्या टवटवीत डेझी आणि गुलाबी कार्नेशन्सची लव्हेन्डर टोपली होती. त्या पुष्परचनेमध्ये स्कॉटच्या हस्ताक्षरातलं एक कार्ड खोचलं होतं.

त्यावर लिहिलं होतं, "थॅंक्स फॉर द हग."

रॅशेलचे तपकिरी डोळे चमकून उठले होते. ती विजयानंदानं माझ्याकडं पाहात हसून म्हणाली,

"तुला फक्त एकच फूल मिळलंय. डॅडींनी मला आख्खी टोपली दिलीय !"

– *बेकी फ्रीमन*

अक्रोडाचं झाड

आपण दररोज घरी ज्या सामान्य गोष्टी करतो, त्या जितक्या साध्या असतात, त्यापेक्षा जास्त त्या मनासाठी महत्त्वाच्या असतात.
– थॉमस मूर

अनेक शरदऋतूत माझे वडील आणि मी त्यांच्या पिकअप ट्रकमधून अल डोराडेच्या दक्षिणेला कुठंतरी एका जुन्या अक्रोडाच्या झाडापाशी गेलो आहोत. हे झाड असंच कधीतरी त्यांना आढळलं होतं. माझ्या दृष्टीनं ते महत्त्वाचं नव्हतं. आम्ही पहिल्यांदा त्या झाडापाशी गेलो होतो तेव्हा ते म्हणाले होते,

"थोडे काळे अक्रोड वेच... आईला भोपळ्याचं पाय आणि कॅन्डी करता येतील."

दिवस पुढं सरकत होते, तशी ही अक्रोडाच्या झाडाची वारी आमच्याकडं प्रथाच बनली होती. सुरुवातीला मला ही सफर मौजेची वाटत असे... मला वडिलांचा सहवास लाभत असे. आम्ही त्या झाडापर्यंत जायचो, झाडाखाली पडलेले अक्रोड टोपलीत भरून घ्यायचो आणि घरी परत यायचो. यात कधीही घाई-गडबड नसायची.

माझे डॅड कधीकधी म्हणायचे, "आपल्याला घाई आहे; पण *हळू* घाई आहे."

मात्र जसजसा काळ पुढं सरकला तसतसा मी शाळेसाठी घरापासून दूर गेलो. पुढं शिक्षकाची नोकरी धरली. माझ्या दृष्टीनं आयुष्य मोठं धकाधकीचं झालं होतं, तरी या सगळ्या काळात वडिलांनी मला 'अक्रोड तयार आहेत' अशी खबर दिली की, त्यांच्यासोबत तिथं जाण्यासाठी वीक-एन्डला घरी येण्यासाठी मी वेळ काढायचोच.

जून १९६५मध्ये माझ्या वडिलांचं अकस्मात आणि अनपेक्षितपणे निधन झालं. मृत्यूसमयी ते शहात्तर वर्षांचे होते. त्यांच्या निधनामुळं मी उद्ध्वस्त झालो. माझे वडील गेल्यानंतरच्या उन्हाळ्यात मी त्यांना किती गृहीत धरत होतो, हे माझ्या विशेषकरून लक्षात आलं. मला जेव्हा संधी होती, तेव्हा मला त्यांना ज्या हजारो

गोष्टी सांगायच्या होत्या त्या मी सांगितल्या नाहीत, हे मला प्रकर्षानं जाणवलं. आणि त्या वेळी मला आमची अक्रोडाच्या झाडाची वारी फार-फार आठवू लागली... दुपारच्या वेळची ती निर्धास्त आरामाची, सैलावलेली निवांत सफर म्हणजे माझ्या डॅडनी दिलेली भेट असायची; पण मी फक्त त्याचा आनंद लुटला, त्याची खरी कदर कधीच केली नाही. आम्ही तिथं जायचो त्या वेळी दुपारचं वातावरण मला आठवतं... कधी हवा उबदार आणि आल्हादायक असायची, तर कधी प्रचंड गरम होत असायचं... कधी-कधी थंड दमट आणि त्रासदायक हवा असायची. मी त्यांना म्हणायचो, 'गॉश, किती उकडतंय!' किंवा 'इतकी थंड आणि पावसाळी हवा कशाला पडली आहे कोण जाणे!'

मी काहीही म्हणालो तरी त्यांच्या प्रसन्न स्वभावानुसार त्याचं एकच उत्तर असायचं, ''मला कसलीच हवा जाणवत नाही.''

माझे वडील काही उच्चशिक्षित नव्हते; पण ते सुज्ञ होते.

''बाळा,'' ते म्हणायचे, ''तुझ्यापेक्षा जास्त ज्ञान असलेली माणसं तुला सदैव भेटतील... त्यांचं बोलणं ऐक आणि तुझ्यापेक्षा आपल्याला जास्त कळतंय असं *समजणारी* आणि तसं इतरांना *सांगणारी* माणसंही सदैव भेटतील... तू विनयशीलपणे वाग... पण मनात मात्र त्यांच्याकडं दुर्लक्ष कर.''

त्यांना आढ्यताखोर लोकांचा अतिशय तिटकारा होता. ते एका नजरेत समोरच्या माणसाचा आरपार वेध घेऊ शकत असत.

''बाळा,'' ते म्हणायचे, ''मी अगदी लहान होतो, त्या वेळी माझ्या डॅडींचे एक मित्र घरी आले होते. त्यांचे विचार इतके विशिष्ट दिशेनं झुकणारे, पूर्वग्रहदूषित आणि संकुचित होते की, मी माझ्या छोट्याशा पलंगाच्या पट्ट्या लाथेनं उडवून लावल्या होत्या; कारण मला प्रत्युत्तर देणं शक्य नव्हतं ना!

''बाळा, तू जेव्हा काहीही वाचशील किंवा ऐकशील तेव्हा त्याचा स्रोत लक्षात घे आणि त्या स्रोताच्या विश्वासार्हतेचाही.''

१९५४ साली मला पहिली नोकरी लागली... शिक्षकाची. त्या वर्षीही मी अक्रोड 'तयार' झाल्यावर घरी आलो होतो. हवा अकाळी, प्रचंड थंड होती. पाऊस धुवाधार कोसळत होता. मात्र दुपारी मी वडिलांसोबत जुन्या पिकअपमधून आक्रोडाच्या झाडाकडं निघालो तेव्हा पाऊस थांबला होता आणि दुपार झगमगत्या प्रकाशात उजळत होती. सगळ्याच झाडांची पानं रंगीबेरंगी झालेली होती. जराशा झुळकीनं ती गळून पडत होती आणि भिरभिरत जुन्या कच्च्या रस्त्यावर जाऊन पडत होती. आम्ही 'आमच्या' झाडाजवळ आलो होतो. आम्ही तिथं पोहोचलो तेव्हा खासकरून अक्रोडाच्या झाडाच्या तांबूस सोनेरी पानांवर सूर्यकिरण थबकले होते. पानांना पावसाचे थेंब लटकत होते. इतकं ऐश्वर्यसंपन्न सौंदर्य मी प्रथमच पाहात होतो!

मी ते दृश्य डॅडना दाखवलं तेव्हा ते स्मित करत म्हणाले,

''राजा, प्रत्येक गोष्टीचा हंगाम असतो. तू आता मोठा झाला आहेस, आणखी सुज्ञ झाला आहेस... आता तू लहान मुलगा राहिलेला नाहीस. आता तू या गोष्टी पाहशील आणि त्या कायम तशाच आहेत, हे तुला कळेल.'

आम्ही अक्रोड वेचून टोपलीत भरले. सगळं कसं शांत-शांत होतं. मग माझे वडील पुन्हा बोलू लागले. त्यांच्या चेहऱ्यावर स्मित होतं.

''राजा, तू आता शिक्षक आहेस. आणि तुला आवडो अगर न आवडो, पण तू तुझ्यासमोरच्या लहान मुलांसाठी उदाहरण असणार आहेस. तुझ्या प्रभावाची सावली कुणाच्या तरी मार्गात दररोज पडणार आहे, ही गोष्ट तू कायम लक्षात ठेवायला पाहिजेस... आणि तू काय उदाहरण घालून देणार आहेस, ते तुझ्या हातात आहे... तुझ्या विद्यार्थ्यांवर तू कशा प्रकारे प्रभाव टाकणार आहेस, ते तुझ्या हातात आहे.''

ते बोलत होते तेव्हा सुरुवातीला त्यांचे शब्द अगदी साधे वाटले... *अगदीच* साधे; पण जेव्हा मी त्यावर विचार केला, तेव्हा मला त्यांच्या बोलण्याचं महत्त्व समजू लागलं.

''डॅड, हे धडकी भरवणारं आहे. मला हे जमेल की नाही कोण जाणे,'' मी शांततेचा भंग करत म्हणालो.

''नक्कीच जमेल, राजा. मुळात तू चांगला माणूस आहेस. तुला

बऱ्या-वाईटातला फरक कळतो. योग्य निर्णय घेण्याच्या दृष्टीनं तू पुरेसा सुज्ञ आहेस, बुद्धिमान आहेस. तुझ्यासारखा शहाणा माणूस झटकन अविचारी निर्णय घेत नाही, आणि त्या गोष्टीवर तुम्ही विचार करता त्या वेळी तुम्हाला काय निर्णय घ्यायचा ते कळतं... काय योग्य होईल ते लक्षात येतं. तुला ते जमेल हे मला माहीत आहे. माझा तुझ्यावर विश्वास आहे.''

आम्ही अक्रोड वेचत असताना मी झाडावरून गळलेलं एक सोनेरी पान काळजीपूर्वक उचललं आणि सोबत घरी आणलं. त्या सहामाहीत मी ज्या पुस्तकातून शिकवत होतो, त्या पुस्तकाच्या पानांत मी ते पान ठेवलं. शाळेत माझं एक वर्ष सरलं तेव्हा मी ते वाळलेलं पान पुस्तकात खूण म्हणून वापरू लागलो. ते पान मला माझ्या वडिलांच्या शब्दांचं कायम स्मरण देत होतं. अशीच आणखी काही वर्षं सरली... पण ते पान मला याचं स्मरण देतच होतं आणि माझ्या वडिलांच्या निश्चल सुज्ञतेच्या माझ्या मनातल्या स्मृती ताज्या करत होतं. कधी-कधी तर त्या पानानं आणि डॅडच्या त्या शब्दांनी मला चुकीचे निर्णय घेण्यापासून वाचवलं. हे मी त्यांना कधीही बोलून दाखवलं नाही. मला वाटतं, मी त्यांना सांगायला हवं होतं... पण का कोण जाणे, ते त्यांना माहीत होतं असं मला वाटतं.

दुसऱ्या वर्षी आणखी एक शरदऋतू अवतरला. आम्ही प्रथेप्रमाणं अक्रोड टोपलीत भरत होतो, तेव्हा मी डॅडना एका संगीताच्या तुकड्यानं माझ्यावर किती परिणाम केलाय ते सांगत होतो. संगीताच्या त्या मोहिनीची मला मित्राबरोबर चर्चा करण्यात मोकळेपणा वाटला नव्हता; पण त्याबद्दल डॅडशी बोलणं अगदी सोपं होतं.

त्यावर डॅड काय म्हणाले होते, ते आज इतक्या वर्षांनंतरही मला स्पष्ट ऐकू येतं. ते म्हणाले होते, ''बाळा, संगीत ही अशी गोष्ट आहे, जी उत्तम असेल तर तुमच्या हृदयाशी संवाद साधते. ती फक्त तुमचं मनोरंजन करणारी कला असू नये, तर ती तुमचं मन शांत करणारी, तुम्हाला चेतवणारी, तुमच्या डोळ्यांत अश्रू उभे करणारी, तुम्हाला शांततेची अनुभूती देणारी किंवा तुमच्या मनाला सुखावणारीही असावी.''

मी थक्कच झालो. मला जे जाणवलं होतं. तसंच डॅडनाही जाणवलं होतं, ही गोष्ट मोठी आश्चर्यकारक आणि सुखद होती, डॅड जणू माझ्या मनातलं वाचू शकत होते!

डॅड त्यांच्या डेअरी व्यवसायात अतिशय यशस्वी होते. बऱ्याच वर्षांच्या कठोर परिश्रमानंतर जर्सी गायींचा नोंदणीकृत कळप त्यांच्या मालकीचा झाला होता. ते त्यांची जनावरं परगण्यातल्या आणि राज्यपातळीवरच्या जत्रांमध्ये अगदी अभिमानानं दाखवत असत आणि मला बक्षिसांच्या जांभळ्या, निळ्या, काही लाल आणि तीन-चार पांढऱ्या रिबीनींची भलीमोठी पेटी मिळत असे. इतर लोकांच्या दृष्टीनं ते

यशस्वी माणूस होते, पण त्यांच्या स्वत:च्या लेखी, त्यांनी जे काही मिळवलं होतं ते म्हणजे त्यांनी स्वत:साठी ठरवलेल्या ध्येयाप्रत पोहोचणं होतं... म्हणजे इतर लोकांना जे वाटत होतं त्यापेक्षा कितीतरी जास्त!

१९६४ साली, आम्ही दोघांनी अक्रोडाच्या झाडाची सफर केली ती अखेरचीच; पण ती अखेरचीच ठरणार आहे, हे त्या वेळी आम्हाला माहीत नव्हतं. झाडांची पानं पिवळी होऊ लागली होती आणि शरदऋतूत अक्रोडांचा सडा पडू लागला होता. आम्ही दोघं कलत्या दुपारी झाडाखाली मजेत अक्रोड वेचता-वेचता गप्पा मारत होतो नेहमीसारखेच. मी त्यांना शिक्षक म्हणून माझ्यासमोर असलेली ध्येयं सांगत होतो, मी काय काय केलं आहे त्याबद्दल सांगत होतो, मला काय साध्य करायचं आहे त्याबद्दल सांगत होतो. माझं बोलणं ऐकून डॅडी सस्मित चेहऱ्यानं म्हणाले,

"बाळा, तू महान शिक्षक होशील असं मला वाटतं. तू आत्ता *उत्तम* शिक्षक आहेसच; ते काळच ठरवेल. पण तू लक्षात ठेव... की तू अतिशय महत्त्वपूर्ण कामगिरी केलीस, तरी त्या कशाचंही *सगळं* श्रेय स्वत:ला घेऊ नकोस. उलट, तुझी अशी जडणघडण होण्यामध्ये तू जे काही बनशील, त्यामध्ये ज्या ज्या लोकांचं योगदान असेल त्या सगळ्यांचं स्मरण ठेव. तुझ्या आईवडिलांना थोडंसं श्रेय दे; अनेक शिक्षकांनी तुझ्यावर प्रभाव टाकला असेल, तुला शिकवलं असेल, त्या सगळ्यांचं स्मरण ठेव. तू पास्टर्स आणि सन्डे स्कूलच्या शिक्षकांची आठवण ठेव... तू जो कुणी आहेस, किंवा जो कुणी होशील, त्यामध्ये या सर्वांचं योगदान आहे. तसंच तू ज्या मित्रांच्या सोबतीनं लहानाचा मोठा झालास त्या मित्रांचा तुझ्यावर कोणत्या ना कोणत्या प्रकारे प्रभाव पडला असेल... मुख्यत्वे, चांगल्याच अर्थानं प्रभाव असेल अशी आशा आहे. आपण केवळ आपल्या बळावर आपल्या ध्येयाप्रत पोहोचत नसतो. आणि हो, अशी यशस्वी माणसंही असतात जी त्यांच्या प्रत्येक कामगिरीचं संपूर्ण श्रेय स्वत:ला घेतात, आपण आपल्या हिमतीवर 'टॉप'ला पोहोचलो असं मानत असतात, तसं बोलूनही दाखवत असतात; पण त्यांची ही धारणा चुकीची असते.

"आणि बाळा, जर तुला अपशयांचा सामना करावा लागला, तर तुला त्याची जबाबदारी स्वीकारावी लागेल आणि तू ती स्वीकार. अपयशांचं खापर दुसऱ्या कुणावरही फोडू नकोस."

आज हे सगळं लिहिताना माझे वडील माझ्या लख्ख स्मरणात आहेत. ते जे कुणी होते, ते जे काही बोलले होते, त्यांनी जे काही केलं होतं, ते सगळं मला आठवतं आणि त्यांचा माझ्यावर जो सकारात्मक प्रभाव आहे, तोही लक्षात येतो. ते जणू चालतं-बोलतं विद्यापीठच होतं. मला त्यांची आजही उणीव भासते, पण

त्यांनी मला जो वारसा दिला आहे, तो अनमोल खजिन्यासारखा आहे. तो केवळ पैशानं विकत घेण्याजोगा नाही.

आज इतकी वर्षं उलटल्यानंतरही जेव्हा-जेव्हा मी अक्रोडाच्या झाडाची सफर आठवतो, तेव्हा ती प्रत्येक सफर म्हणजे प्रेमयात्रा होती असं वाटतं. डॅडनी हे सगळं अगदी सुरुवातीपासून जाणीवपूर्वक ठरवून केलं होतं, हे आता माझ्या लक्षात येतं. आम्ही 'हळू घाईत' असायचो, त्या निवांत सोनेरी दुपारी मला त्यांच्या जितकं जवळ असल्यासारखं वाटायचं तसंच त्यांनाही वाटायचं, असं मला खातरीनं वाटतं. आता मला समजतं की, त्या निवांत सफरींसाठी माझ्या वडिलांना वेळ नसायचा; पण त्यांनी या सफरींपेक्षा इतर कोणतीही गोष्ट महत्त्वाची मानली नाही.

– केल्विन लुईस फज

द कन्फेशन

मायकेल आणि मिमी या माझ्या सावत्र मुलांना वाढवणं मोठं कठीण होतं, या दोघांची आई त्यांना कायमची सोडून गेली होती. मायकेल नऊ वर्षांचा होता आणि मिमी सहा वर्षांची होती. दोघंही अतिशय दंगेखोर होती, त्यामुळं त्यांना सांभाळताना आमच्या नाकी नऊ येत असत.

एके दिवशी सायंकाळी मी कामावरून घरी परत आले, तेव्हा एक दिवा फुटून जमिनीवर पडला होता आणि मोठ्या मोठ्या डोळ्यांची ही दोघं त्यावर उभी होती.

''कुणाचं काम आहे हे?'' मी विचारलं.

त्यावर ताबडतोब दोघांनीही हे आपलं कृत्य नसल्याचं सांगितलं.

''हे तुमच्यापैकी एकाचं काम आहे, आता मी काय करणार आहे ते सांगते,'' मी रागावले.

''तुमच्या-तुमच्या खोलीत जा आणि तिथंच थांबा, ज्यानं हे केलंय, तो कबूल करत नाही, तोपर्यंत तुम्ही तिथंच थांबायचं आणि तुमच्यापैकी एकानं हे केलंय, पण त्यामुळं तुम्ही दुसऱ्याला तिथं थांबायला लावत आहात, हे लक्षात ठेवा.''

त्यानंतर पाच एक मिनिटांतच मायकेल बाहेर आला आणि म्हणाला,

''मी तुझ्याशी बोलू शकतो का?''

मी म्हणाले, ''शुअर मायकेल, तुला काय बोलायचं आहे?''

त्यावर तो नाखुशीनं उत्तरला, ''मला 'कन्फेस' करायचं आहे. हे काम मिमीचं आहे.''

हे ऐकून मला हसू फुटलं. त्यानंतर त्यांना ताकीद दिली आणि माफ करून टाकलं.

– गेराल्ड आर. विनर

(जो रोज विनर यांच्याकडून)

माझे वडील, माझे मित्र

मी त्यांना पहिल्यांदा भेटले तेव्हा ते माझ्यालेखी फक्त 'मि. कोहॅन' होते. एकदा शनिवारी दुपारी माझ्या आईनं मला हात-पाय तोंड धुवून कपडे बदलून तयार व्हायला सांगितलं आणि आमच्या अपार्टमेंटबाहेर गाडीत बसलेल्या एका माणसाला भेटायला तिच्यासोबत बाहेर येण्याचा आग्रह धरला. याआधी आई पुरुषांबरोबर बाहेर गेली होती. मग या माणसात असं काय वेगळं होतं? त्याच्यासाठी मी माझ्या हातातला उद्योग सोडून आणि कपडे बदलून कशाला जायला हवं होतं?

का? कारण आदल्याच रात्री त्या माणसानं माझ्या आईला लग्नाचं विचारलं होतं, हे मला नंतर समजलं. तो माणूस यापूर्वीच माझ्या भावाला भेटला होता. आता त्याला मला भेटायचं होतं.

"हॅलो, मिस्टर कोहॅन," मी म्हणाले. मला आत खेळायला पळण्याची घाई होती.

"हॅलो, सुसान," तो कुरळ्या केसांचा मध्यमवयीन माणूस म्हणाला. त्याचं बोलणं अगदी मृदू होतं... जवळपास बुजल्यासारखंच त्यानं माझ्याशी हस्तांदोलन केलं.

माझ्या आईनं त्यांच्याशी लग्न केल्यानंतर त्यांना काय नावानं हाक मारावी, तेच मला समजायचं नाही, त्यामुळं खूप दिवस मी त्यांना काहीच म्हणत नव्हते. माझी एक मैत्रीण तिच्या नव्या सावत्र वडिलांना 'अंकल' म्हणायची, पण मला तो खोटारडेपणा वाटायचा. 'लिओ' म्हणावं म्हटलं तर तेही काही बरोबर वाटत नव्हतं. माझी आई आणि भाऊ मला सुसान किंवा सू म्हणायचे, तसंच तेही मला याच नावांनी हाक मारायचे. त्यांना मला 'मुली' म्हणावं लागत नव्हतं, तर मलाच त्यांना 'डॅड' का म्हणायला लागावं? ते माझे कोण होते? ते प्रेमळ आणि चांगले दिसत होते, त्यांना माझं अवतीभोवती असणंही आवडत होतं; पण म्हणून वडील? त्यांना 'वडील' म्हटलं म्हणून ते 'वडील' थोडेच होणार होते?

ज्या घरात आधीपासूनच एक आई, एक किशोरवयीन मुलगा आणि एक बारा वर्षांची मुलगी राहात होती, त्या घरात आपण पाऊल ठेवल्यावर आपल्याला आपोआप वडिलांचं स्थान मिळणार नाही, ही गोष्ट लिओ ओळखून होते. आमचा दीर्घकाळ सुस्थापित गट होता आणि ते त्यामध्ये नव्यानं सहभागी होत होते. त्यांना आमच्या 'खऱ्या' वडिलांच्या प्रेमाशी स्पर्धा करावी लागणार होती, अशातलाही भाग नव्हता. आमच्या खऱ्या वडिलांना आम्ही जितकी वर्षं ओळखत होतो. त्यामध्ये ते आम्हाला थंड, आत्मकेंद्री माणूस म्हणून माहीत होते. त्यांच्या वागण्यात प्रेमळपणा, काळजी, आस्था हा भाग नव्हता.

लिओंची भूमिका आणखी कठीण होती... त्यांना विलक्षण कल्पनाविलासाशी स्पर्धा करावी लागणार होती. आदर्श वडील कसे असावेत, याबद्दल आमच्या अवास्तव उच्च अपेक्षा होत्या. ते प्रेमळ, काळजी घेणारे, आमच्यासाठी उपलब्ध असणारे, आमच्या पाठीशी उभे राहणारे, उदार, हुशार, राजबिंडे असावेत... आणि सर्वांत महत्त्वाचं म्हणजे परिपूर्ण पित्याला आपली मुलंही परिपूर्ण आहेत, असं वाटायला हवं!

त्यांचं स्वतःचं असं कल्पनाविश्व असावं. बालपणीच पोरक्या झालेल्या लिओंना मोठ्या भावाबहिणींनी वाढवलं होतं. त्यांचं लिओंवर प्रेम असलं तरी त्यांच्या आयुष्यात लिओंना प्राधान्य नव्हतं. मुलांसाठी वाहून घेणाऱ्या आईवडिलांसारखं त्यांचं वागणं नव्हतं. लिओंचं पहिलं लग्न दुःखद आणि असमाधानकारक ठरलं होतं. आणि आता वयाच्या पन्नाशीत त्यांनी दोन मुलांच्या आईशी लग्न केलं होतं. सगळ्या जबाबदाऱ्या आणि आर्थिक भारही स्वीकारला होता.

आम्ही चौघेजण एकत्र राहू लागल्यानंतरच्या पहिल्या वर्षात लिओंनी आमच्या नव्या घरासाठी बऱ्याच गोष्टी केल्या. मला वाटतं, ते आमचं नवं कुटुंब उभं राहू शकेल, अशा ठाम पायाच्या चिरा घडवत होते. त्यांनी घरातल्या लाकडी भागाला रंग दिला, बाथरूममध्ये वॉलपेपर लावले, बेसमेंटमध्ये सीडरची कपाटं तयार केली.

पण आम्ही कुटुंब बनत असतानाच मी तारुण्याच्या उंबरठ्यावर पोहोचले होते. स्वतःतच मग्न, उर्मट आणि बंडखोर. याआधी, आईचं आणि माझं कायम अगदी गूळपीठ असायचं; पण आता आमची सतत वादावादी होऊ लागली होती.

"तू नीट का वागत नाहीस?" आई मला रागावून विचारायची.

"तू मला माझ्या मनाप्रमाणे काहीही करू देत नाहीस!" मी प्रत्युत्तर देऊन तिथून धाडकन निघून जायचे.

मला कुणाशी तरी बोलावंच लागणार होतं.

मग मला बेसमेंटमध्ये लिओ दिसले. ते कपाटं बनवण्याच्या कामात होते. ते

अगदी सावकाश, पद्धतशीरपणे एका लाकडाच्या तुकड्यावर काम करत होते. मग त्यांनी तो सँडपेपरनं काळजीपूर्वक घासून घेतला. त्याचे कोपरे घासण्यासाठी त्यांनी माझ्याही हातात सँडपेपरचा एक तुकडा दिला. ते तो लाकडाचा तुकडा भिंतीवर लावत होते. तेव्हा त्यांनी खिळे धरायला माझ्याकडं दिले होते. त्यांना खिळे ठोकून तो तुकडा भिंतीवर लावण्यात माझी मदत हवी होती. ते माझं बोलणंही ऐकत होते.

"शी इज इम्पॉसिबल!" मी त्यांना सांगितलं, "ती प्रत्येक बारीक-सारीक गोष्टीत माझ्यावर ओरडत असते. मी जे काही करते ते तिला आवडायलाच हवं."

मी बोलताना ते मान डोलवत होते; पण त्यांचं काम सुरूच होतं. मला वाटत होतं की, त्यांनी माझी बाजू घ्यावी... कोण का नाही घेणार?... पण ते कात्रीत सापडले होते.

"तुझ्या आईची एवढीच इच्छा आहे की, तू परिपूर्णतेचा *ध्यास* घ्यावास." ते मृदूपणे म्हणाले.

"हे काही तुझ्या दृष्टीनं अवघड असणार नाही. मला वाटतं, तू वेगळी आहेस."

त्या पहिल्या हिवाळ्यात मी लिओंसोबत बेसमेंटमध्ये बराच वेळ व्यतीत केला. त्यांनी मला त्या सगळ्या हत्यारांचा वापरही शिकवला, त्यामुळं मलाही दुरुस्ती, रंगकाम, बांधणी ही कामं येऊ लागली. हा 'शॉप टाइम' त्या वयातला नैराश्याला बाहेर टाकण्याचा उत्तम मार्ग बनला. बेसमेंट हे माझ्यासाठी 'सेफ हेवन' म्हणावं असं सुरक्षित स्थान बनलं. मी तिथं जाऊन बसत असे. या ठिकाणी माझी आई क्वचितच येत असे. मला ज्या-ज्या वेळी गरज असेल, तेव्हा लिओ तिथं माझ्यासाठी हजर असत. त्यांनी माझ्या समस्या सोडवल्या नाहीत, तर त्यांनी माझा मलाच मार्ग काढण्यासाठी प्रोत्साहित केलं. मला गरज होती ती आणि त्यांनी माझ्यासाठी केली ती गोष्ट म्हणजे त्यांनी माझं बोलणं सहानुभूतिपूर्वक ऐकून घेतलं.

"तुला सांगतो," ते एकदा म्हणाले होते, "तुझ्यात आणि तुझ्या आईमध्ये बऱ्याच गोष्टी समान आहेत. तुम्ही दोघीही ऊर्जासंपन्न, चैतन्यदायी आहात आणि स्वत:ची ठाम मतं असणाऱ्या आहात. त्यामुळंच कधीकधी तुमचा एकमेकींना वैताग येतो; पण मला तुमच्यातले हेच गुण आवडतात... तुमच्या दोघींमधलेही."

लिओ शांत, संथ आणि विचारी होते. त्यांना मासे पकडायला फार आवडायचं; पण त्यांना काहीही पकडण्यापेक्षा जास्त आवडायची ती सरोवरात बोटीत बसलेले असताना लाभायची ती शांतता आणि प्रसन्नता. जेव्हा त्यांच्या गळाला काहीतरी लागायचं, तेव्हा त्यांच्या चेहऱ्यावर स्मित उमटत असे आणि त्यांनी लावलेलं 'टू बिट' आमिष उपयोगी पडल्याचं आश्चर्यही! मग ते तो धडपडणारा मासा हळुवारपणे हातात घेत असत, तो जोरात दाबला जाऊ नये याची काळजी घेत असत. त्यानंतर

ते आईबाबांनी मुलाला थोपटावं तशा ममतेनं माशाच्या गालात अडकलेला हूक झटकन काढून घेऊन त्याचं तोंड फडक्यानं पुसत असत आणि त्याला पुन्हा पाण्यात सोडत असत. आपल्या माशाबद्दल इतकी आस्था असलेला कुणी मच्छिमार मी कधीही पाहिलेला नाही.

रात्रीच्या जेवणाच्या वेळी ते काहीतरी छोटंसं साधंसंच 'सरप्राईज' नेहमी आणायचे... कधी माझ्या बेडरूमच्या भिंतीवर लावायला फुलाफुलांची चायना लाइट स्विच प्लेट, तर कधी माझ्या भावासाठी क्रीडाविषयक मासिक. जेवतानाही उत्साही वातावरण असायचं. ते आमच्या शाळेतल्या गोष्टी, गृहपाठाबद्दलच्या तक्रारी, खेळाच्या मैदानावरच्या विजयगाथा आणि आमचे सगळे मूर्ख विनोद ऐकून घ्यायचे. ते आम्हाला कायम खूप हुशार समजायचे आणि तसं वागवायचेही.

"बघा हं," असं म्हणून ते सांगायला सुरुवात करायचे, तेव्हा आम्हाला माहीत असायचं की, ते नुकतंच कामाच्या ठिकाणी ऐकलेलं किंवा पेपरमध्ये वाचलेलं एखादं नवं 'माइंड टीजर' सांगणार आहेत. आम्ही त्याचं उत्तर सांगितलं की ते हसायचे.

"तुम्हाला फसवता येणार नाही, मला माहीत होतं." असं ते मान हलवत अभिमानानं म्हणायचे, त्या वेळी त्यांचा चेहरा उजळलेला असे.

आम्ही लिओंसोबत राहायला लागल्यानंतरच्या पहिल्या जून महिन्यात, मी मला मिळणारे दोन आठवड्यांचे पैसे आणि आदल्या महिन्यात मला बेबी सीटिंगच्या कामाचे मिळालेले पैसे घेऊन गावातल्या एका सुप्रसिद्ध 'मेन्स स्टोअर'मध्ये गेले. तिथं पाऊल टाकताच आफ्टरशेव्ह लोशन्स आणि कलन्सचा उग्र पुरुषी वास माझ्या डोक्यात भिनला. मी याआधी कधी पुरुषांसाठी असणाऱ्या दुकानात आले नव्हते. गडद रंगाच्या लाकडी पॅनेल्सच्या भिंतीवर शिकारीच्या दृश्यांची चित्रं लावलेली होती आणि जमिनीवर चौकटी-चौकटींच्या नक्षीचा गालिचा अंथरलेला होता. सर्वत्र पुरुषांचे सूट, टाय, बाथरोब्ज, पायमोजे, बूट, स्लिपर्स, दागदागिने दिसतील, असे लावले होते. मी वयाच्या तेराव्या वर्षी प्रथमच 'फादर्स डे'साठी भेटवस्तू विकत घ्यायला तिथं आले होते.

आता पुरुषव्यक्तीपासून बुजून बाजूला जायचं असं राहिलं नव्हतं. आता मी सौम्य व प्रेमळ माणूस पाहिला होता. या वर्षी 'फादर्स डे' फक्त बाकीच्यांपुरता नव्हता, या वर्षी आम्हीही तो सुट्टी घेऊन साजरा करणार होतो.

मी त्यांच्यासाठी छोट्या छोट्या माशांच्या रांगांची नक्षी असलेला निळा रेशमी टाय घेऊन मोठ्या अभिमानानं घरी आले. पुढच्या रविवारी सकाळी मी तो त्यांना दिला, तेव्हा त्यांनी तो लगेच परिधान केला... चक्क पायजम्यावरच.

"थँक्स सो मच," ते म्हणाले, "मी हा जपून ठेवीन."

त्यांनी माझ्याभोवती हात टाकत माझा पापा घेतला.

"यू आर वेलकम," मी म्हणाले.

"हॅपी फादर्स डे, डॅड." मी शक्य तितकी सहजता दाखवत म्हणाले; पण मला त्यांच्या चेहऱ्यावर पसरलेलं हास्य दिसलं, त्यावरून त्यांनी माझे शब्द ऐकले आहे, हे समजलं.

तुम्हाला कदाचित असं वाटेल की, माझे खरे वडील इतके निष्ठूर असल्यामुळं दुसरा माणूस बऱ्यापैकी चांगला असता तरी तो मला आवडला असता; पण माझ्या बालपणीच्या आठवणी अशा होत्या की, माझे वडील होण्याचा प्रयत्न करणाऱ्या कुणा माणसाशी माझं उबदार प्रेमाचं नातं असू शकेल, याची मला जराही आशा उरली नव्हती; पण लिओ माझ्या आयुष्यात आल्यानंतर त्यांच्या सरळ, साध्या, प्रामाणिक आणि पक्क्या दोस्तीनं मला जिंकलं. मी किती नशीबवान आहे, या गोष्टीचा विसर मी कधीही पडू दिलेला नाही.

हळूहळू, काळाच्या ओघात आमच्या नव्या कुटुंबानं स्वत:चा असा समान पाया आणि परंपरा निर्माण केल्या आहेत. लिओंनी मला आणि माझ्या भावाला कॉलेजमध्ये घातलं, आम्हाला विवाहबद्ध होताना पाहिलं आणि आता ते त्यांचा बराचसा वेळ आमच्या मुलांवर त्यांच्या नातवंडांवर प्रेमाचा वर्षाव करण्यात व्यतीत करत आहेत. ते 'सावत्र' आजोबा आहेत, ही गोष्ट या मुलांना नक्कीच समजलेली असणार; पण त्यामुळं त्यांना काय फरक पडतो? ते जन्मले त्या दिवसापासून 'पा' त्यांच्यावर प्रेम करतायत. 'पा'नी या मुलांना बाबागाडीतून फिरवलं आहे, त्यांना गोष्टी वाचून दाखवल्या आहेत. त्यांना जोजवलं आहे. पुढं त्यांनी या मुलांना मासे पकडायला शिकवलं आहे, हत्यारं वापरायला शिकवलं आहे. त्यांचे फूटबॉलचे सामने असोत की बेसबॉल गेम्स, पियानोवादनाचा कार्यक्रम असो की शाळेतली नाटकं असोत, लिओ त्यांना प्रोत्साहन देण्यासाठी हजर असलेली एकमात्र व्यक्ती असतात. त्यांनी आमच्यावरही हेच संस्कार केले आहेत.

प्रेमळ, सहृदय मोठ्या माणसांनी लहान मुलांची काळजी वाहायचीच असते. तो या मुलांचा हक्कच असतो आणि ही मोठी माणसं केवळ आईवडीलच नसतात, तर त्यांचे मित्रही असतात हे मला कळून चुकलं आहे.

लिओंनी माझ्या आईला पसंत केलं, तसंच त्यांनी आम्हा भावंडांनाही पसंत केलं. आम्ही कुटुंब आणि मित्र बनलो ते आमच्या पसंतीनं... जन्मानं किंवा रक्ताच्या नात्यानं नाही. त्यांची मैत्री... आणि त्याचं प्रेम... ही माझ्यासाठी भेट आहे; जी मी कधीच विसरणार नाही.

– सुसान जे. गॉर्डन

माझं 'फादर्स डे'चं कार्ड

काही-काही कारणांमुळं अलीकडं 'फादर्स डे' माझ्यासाठी उत्साही गोष्ट बनली आहे. पंधरा वर्षांपूर्वी माझे वडील एका वाहन अपघातात वारल्यानंतर मी जणू 'फादर्स डे' विसरूनच गेलो होतो... उन्हाळ्यासोबत मीही पुढं वाटचाल करत होतो.

माझं डॅडवर इतकं प्रेम होतं की, मला स्वत:लाही पिता होण्याची आतुरता होती. मुलांशी पकडा-पकडी खेळणं, बास्केट शूटिंग, रात्री त्यांना पांघरुणात गुरफटून झोपवताना त्यांचा पापा घेऊन गुडनाइट करणं, अशा प्रेम व्यक्त करणाऱ्या खासम्‌खास गोष्टी मला माझ्या मुलांना द्यायच्या होत्या. मात्र आमच्या लग्नानंतर दहा वर्षांनी माझ्या लक्षात आलं की, माझ्या वडिलांनी माझ्यासाठी ज्या-ज्या खास गोष्टीतून प्रेम व्यक्त केलं, त्या सगळ्या गोष्टी आता फक्त आठवणी बनून राहणार आहेत. माझी पत्नी कॅथी आणि माझ्या संसारवेलीवर फूल उमलणं वैद्यकीयदृष्ट्या शक्य नव्हतं. मी शाळेत शिक्षक असल्यामुळं आपल्याला स्वत:चं मूल झालं नाही तरी माझी वात्सल्याची भूक भागवण्यासाठी आपल्या आवतीभोवती मुलं आहेतच, असं मी स्वत:च्या मनाला पटवून देत होतो; पण सदैव काहीतरी उणीव मात्र भासत होतीच!

शिक्षण व प्रशिक्षण या क्षेत्रातल्या वीस वर्षांच्या काळात मला हजारो विद्यार्थ्यांना शिकवण्याची संधी मिळाली होती. माझ्या विद्यार्थ्यांना लहान मूल ते किशोरवयीन ते प्रौढ अशा टप्प्यांवर बदलताना पाहणं माझ्यालेखी अतिशय आनंददायी असतं. ते मला पुन्हा भेटायला येतात, मनातली स्वप्नं सांगतात, ते मला फार आवडतं. शाळेमध्ये 'ओपन हाउस-नाइटस'च्या दरम्यान मला भेटायला येणाऱ्या आईवडिलांचा मला अजूनही हेवा वाटतो. आपल्या मुलाचे किंवा मुलीचे गुण पाहताना कसं वाटत असेल... माझ्या मनात यायचं. असो, मला विद्यार्थी आहेत आणि तेवढं बास आहे, असं मी स्वत:ला पटवून द्यायचो; पण अजूनही काहीतरी उणीव भासतेच आहे!

माझ्या एका मैत्रिणीनं ते अंशतः शोधण्यासाठी मला मदत केली.

नुकताच आणखी एक 'फादर्स डे' होऊन गेला. माझं मन घायाळच होतं आणि या वेळचा 'फादर्स डे' तर सगळ्यात वाईट गेला. त्या दिवशी मी आणि कॅथी गोल्फ खेळायला गेलो होतो. तिथं एक मुलगी आणि तिचे वडील आमच्यासोबत खेळायला होते. खेळत असताना मध्येच त्या मुलीचा आवाज कानावर पडला,

"गुड शॉट, डॅड!"

आपल्या मुलाच्या तोंडून हे शब्द आपल्याला कधीच ऐकायला मिळणार नाहीत, हे लक्षात आल्यावर मी दुःखी झालो.

घरी परत आल्यानंतर मी पत्रपेटी पाहिली. त्यात माझ्या नावाचा एक लखोटा होता. मेलॅनी नामक तरुणीचं पत्र होतं ते. मेलॅनी भूतपूर्व मिस मिसौरी होती. ती आमच्या शाळेत विद्यार्थ्यांशी संवाद साधण्यासाठी आली होती. आमची मैत्री पटकन जुळली होती. आणि 'स्वतःवर विश्वास ठेवा' या विषयावर आम्ही शाळेच्या असेम्ब्लीमध्ये एकत्र बोलायला सुरुवात केली होती.

मी तो लखोटा उघडला. त्यामध्ये माझ्या नावाचं 'फादर्स डे' कार्ड होतं. त्या कार्डमध्ये एक चिठ्ठी होती. त्यामध्ये विद्यार्थ्यांसाठी शाळेत असल्याबद्दल माझे आभार मानले होते आणि अगदी साधा मजकूर होता....

"आय लव्ह यू, डॅड!"

ते वाचत असताना मी विरघळून गेलो. त्या साध्याशा वाक्यानं निर्माण केलेल्या उबदार आणि प्रेमाच्या भावनेत गुरफटून राहावं असं मला वाटत होतं. मी क्षणभर का होईना, पण पितृत्वाचा आनंद अनुभवला होता.

माझ्या मैत्रिणीची ही प्रेमळ कृती मी आजही माझ्या हृदयात जपून ठेवली आहे. माझ्यासाठी खास असणारा पण माझ्या आयुष्याचा हिस्सा नसलेला भाग... ती उणीव भरून निघायला, त्यामुळं मदत झाली आहे. थँक यू, मेलॅनी. तू खरी मैत्रीण आहेस. मला आजवर मिळालेलं हे एकुलतं एक 'फादर्स डे' कार्ड आहे.

– टॉम क्रॉझ

माझ्या पत्नीला बाळ होताना...

आपल्या आतून इतक्या तीव्रतेनं आनंदाश्रू आणि हुंदके फुटतायत असा अनुभव त्यानं याआधी कधीच घेतला नव्हता... त्याचं अवघं शरीर थरथरत होतं आणि कितीतरी वेळ त्याच्या तोंडून शब्द फुटत नव्हता. पत्नीशेजारी गुडघ्यावर बसून त्यानं तिचा हात स्वत:च्या ओठांशी नेऊन, त्याचं चुंबन घेतलं... त्याच्या चुंबनांना प्रतिसाद म्हणून तिच्या बोटांची अशक्त हालचाल झाली. दरम्यान बिछान्याच्या पायथ्याशी सुईणीच्या कुशल हातात यापूर्वी कधीच अस्तित्वात नसलेला एक मनुष्यजीव समयीच्या ज्योतीसारखा तेवू लागला.

– लिओ टॉलस्टॉय

बऱ्याच लोकांना त्यांच्या पहिल्यावहिल्या बाळाचा जन्म झाला तो दिवस त्यांच्या जीवनातील एक विस्मयकारक दिवस म्हणून स्मरणात असतो. हा दिवस कसा होता, याच्या प्रत्येकाच्या आपापल्या कहाण्या असतात. मध्यमवयीन अथवा वयस्क पुरुषांपैकी बऱ्याच जणांनी हा दिवस प्रतीक्षालयात घालवलेला असतो. अर्थात, आता मात्र पुरुषांना प्रतीक्षालयात वाट बघत थांबावं लागत नाही. आता आम्हाला थेट आतमध्ये प्रवेश मिळतो आणि अगदी आरंभापासून अखेरपर्यंत सगळं काही पाहता येतं.

मी आणि माझ्या पत्नीनं तर प्रसूतीबद्दलचा एक कोर्ससुद्धा केला होता. या कोर्समध्ये बाईला मुलाच्या जन्माबद्दलच्या विविध गोष्टी तर शिकवल्या जातातच, शिवाय पुरुषांनाही शिक्षक कसं बनायचं आणि उत्तमरीत्या नैतिक आधार कसा द्यायचा, ते शिकवलं जातं. त्या वेळी हे सगळं ज्ञान अगदी थोर वाटलं; पण आता मागं वळून पाहताना मला त्या कोर्समध्ये काही गंभीर दोष दिसतात.

उदाहरणादाखल सांगायचं तर, मला त्यामध्ये नवऱ्यासाठी कुठले संरक्षक उपाय सांगितलेले आठवत नाहीत. ते तुम्हाला सांगतात की, तिच्या बिछान्याजवळ बसा, तिचा हात धरा, तिची पाठ चोळा, कळांदरम्यान तिला योग्यरीत्या, श्वास घेण्याची आठवण करा... एकूण काय तर तुमचं धीर देणारं अस्तित्व तिथं फक्त हजर असू द्या.

ते पुरुषांना हे सांगत नाहीत की, तुम्ही तिचा हात धरून तिथं बसलेले असता त्या वेळी तिला जोराची कळ आली की, ती तुमचा हात (दंड, खांदा किंवा तिच्या आवाक्यात येणारा तुमच्या शरीराचा कुठलाही भाग) धरू शकते. यातून एक मुद्दा लक्षात येईल की, जोराची कळ जेव्हा शिखराप्रत जात असते, त्या वेळी बाईच्या हाताच्या बोटांची नखं किती इजा करतील, काही सांगता येत नाही. त्याचप्रमाणे तिची पाठ चोळतानाही असा कुठला सावधगिरीचा इशारा दिलेला नव्हता.

मी गुराढोरांच्या सहवासात लहानाचा मोठा झालो असल्यामुळं मला हा दोष चटकन लक्षात यायला हवा होता. विशेषकरून प्राण्यांना जेव्हा भयानक वेदना होत असतात, तेव्हा त्यांना हात लावलेला आवडत नाही. तसंच बायका जेव्हा प्रसूतिवेदना सोसत असतात त्या वेळी त्यांनाही आवडत नाही. एखाद्या अस्वलाला टोकदार काठीनं टोचलं, तर काय होईल!

त्यानंतर आणखी एक मुद्दा म्हणजे श्वासोच्छ्वासाचा. त्या वर्गामध्ये आम्हाला सांगितलं होतं की, कदाचित तुम्हाला थेट तुमच्या बायकोच्या तोंडासमोर येऊन श्वासोच्छ्वास करावा लागेल. म्हणजे त्याही विशिष्ट वेळी तसाच श्वासोच्छ्वास करतील. ही युक्ती अतिशय धोकादायक ठरू शकते... हे म्हणजे आपलं डोकं सिंहाच्या जबड्यात देण्यासारखं आहे... फक्त इथं सिंह प्रचंड वेदनेनं कळवळत असतो आणि याला तुम्ही एक मुख्य कारण आहात अशा नजरेनं तुमच्याकडं पाहात असतो.

हे सगळे दोष गंभीर आहेतच. पण त्या दिवशी मला ज्या पहिल्या दोषाला सामोरं जावं लागलं, त्याची तुलना त्यातल्या कशाचीच होणार नाही! सुया! सुयांबद्दल कुणी एक शब्दही बोललं नव्हतं! मी लहान होतो तेव्हा मला इंजेक्शन घेताना बघणं शक्य व्हायचं नाही... स्वत:लाही आणि इतर कुणालाही. इंजेक्शन घेताना मी मनुष्यप्राण्याला डोळे जितके घट्ट मिटून घेणं शक्य असतं, तितके घट्ट मिटून घ्यायचो. मग मान विरुद्ध दिशेला वळवायचो; पण इथं मी हॉस्पिटलमध्ये बायकोच्या शेजारी तिचा हात धरून उभा आणि नर्स तिच्या दुसऱ्या हाताच्या शिरेत इंजेक्शन खुपसायचा प्रयत्न करतीय. मी खरं तर माझ्या अंत:प्रेरणेनुसारच वागायला हवं होतं. मनुष्यप्राण्याला डोळे जितके घट्ट मिटून घेणं शक्य असतं तितके घट्ट मिटून घ्यायचे आणि मग मान विरुद्ध दिशेला वळवायची.

पण इथं मी बायकोला आधार द्यायला आलो होतो ना? होय, मी त्यासाठीच

आलो होतो! *मी भीती बाजूला सारून कणखर आणि धाडसी होईन!* तिथंच चुकलं! दोन इंच लांबीची सुई बायकोच्या हातात चार-पाच वेळा खुपसलेली पाहिल्यानंतर हा 'कणखरपणा' आणि 'धाडसीपणा', 'दुबळेपणात' आणि 'कसंतरी होण्यात' रूपांतरित झाला. खूप झाला आधार-बिधार! मला तिथून बाहेर पडावंच लागलं.

अंगात जरा जोर यावा म्हणून मी काहीतरी पोटात ढकलावं, या विचारानं कॅफेटेरियाच्या दिशेनं निघालो. चढत असताना समोर सगळं धूसर होऊ लागलं होतं.

मी भानावर आलो तेव्हा मी हॉस्पिटलमधल्या फुलांच्या ताटव्यात निम्मा आत आणि निम्मा बाहेर अशा अवस्थेत पडलो होतो. आणि तिथले अर्धा डझन कर्मचारी वाकून बघत होते. मला अतिशय लाजल्यासारखं झालं होतं. त्यांनी विचारलं, "ठीक आहात ना?"

त्यावर मी उत्तरलो,

"माझ्या बायकोला बाळ होतंय."

त्यावर ते सगळे जण हसून एक सुरात उद्गारले, "ओऽह."

– रॉबर्ट डी. मॅकलेन II

प्रेमाचा रंग

माझ्या अठ्ठ्याण्णव वर्षांच्या आजोबांना घरात सगळे 'पा' म्हणतात, त्यांना इतरांना भेटवस्तू द्यायला खूप आवडतं.

मी साधारण दहा वर्षांची असेन, त्या वेळी 'पा'नी मला एक अतिशय संस्मरणीय भेट दिली होती. मला आजवर मिळालेल्या भेटींमध्ये ती नक्कीच सर्वांत मोठी आणि माझ्या व्यक्तिगत उपयोगाची होती. त्या भेटीनं मला प्रेम कसं दिसतं ते शिकवलं.

जुलै महिन्यात एका सायंकाळी भोजनानंतर आम्ही सगळे 'पा'ना भेटायला गेलो. मोठ्या माणसांना त्यांचं अंगण आवडायचं, तर आम्ही मुलं तिथला ग्रॅनाइटचा खडक धडपडत चढून जायचो. आम्ही आमच्या या छोट्या रशमोअर पर्वताचं नामकरण केलं होतं – 'द जॉर्ज वॉशिंग्टन रॉक.' घरातली मोठी मंडळी बागेतल्या लतावेलींच्या कुंजात अदृश्य झाली तेव्हा आम्हीही मागोमाग गेलो. इथं भाज्यांची बाग फुलवली होती. ते या बागेची नेहमीच किती उत्कृष्ट निगा राखायचे ते मला आठवत होतं. अतिशय उत्तमरीत्या कापणी केलेल्या रोपांच्या सुबक रांगा, त्यातून सरळ जाणाऱ्या वाटा, बागेच्या कडेला फुललेले झेंडूचे ताटवे... दरवर्षी 'पा' टोमॅटोच्या रोपांना भक्कम आधार द्यायचे; भोपळे, खरबूज यांच्याभोवती भक्कम तटबंदी उभारायचे. भाज्या न आवडणाऱ्या लहान मुलालासुद्धा त्यांची बाग नेत्रसुखद वाटायची... तिथले विविध छटांचे तजेलदार हिरवे पोत खूप आवडायचे. या बागेच्या प्रमाणबद्ध दृश्यात फरक पडायचा तो फक्त उजेड आणि सावल्यांमुळं.

या वेळी मात्र बागेत पोहोचल्यानंतर जे समोर आलं, त्यानं मला धक्काच बसला. भाज्यांच्या भूमितीचा हा आकृतिबंध मला नक्कीच अपेक्षित नव्हता.

बागेचं नेहमीचं रूप हरवलं होतं आणि त्या जागी सायकलच्या टायरच्या आकाराची धुळीनं माखलेली पानं सर्वत्र विखुरलेली होती आणि हँडलच्या बारच्या आकाराच्या वेली पसरल्या होत्या. वेलींना आधार देणाऱ्या तंतूच्या गुंडाळ्या सर्व

दिशांना विखुरल्या होत्या. चांदण्याच्या आकाराची कॅलिफोर्निया पॉपीजसारखी तेजस्वी भगव्या रंगाची फुलं सर्वत्र उमलली होती. काही काही ठिकाणी तर ती फुलं मुठीएवढ्या आकारात चुरगळली होती. त्या जागी हिरवं टेनिसबॉलच्या आकाराचं फळ लगडलेलं दिसत होतं.

'पा' कमरेवर हात ठेवून उभे होते. या वर्षी ते भलेमोठे भोपळे घेणार असल्याचं त्यांनी जाहीर केलं. मग त्यांनी हे सगळं कसं घडलं ते सांगायला सुरुवात केली. त्यांनी सर्वप्रथम घरात पेपर कप्समध्ये 'अटलांटिक जायंट' बिया लावल्या ('एका कपात फक्त एकच बी, लक्षात ठेवा.'). साधारण दोन आठवड्यांनी त्यांनी त्या बियांमधून आलेली इवली इवली रोपं बागेत खास 'समृद्ध' केलेल्या मातीत लावली. त्यांनी वेलांना पसरायला भरपूर जागा दिली होती... आणि त्यांनी माती गवतानं झाकली होती. भोपळे जेव्हा त्यांच्या पानांच्या सावलीत झाकले जाण्याइतके लहान राहणार नाहीत, तेव्हा त्यावर पांढरं आच्छादन घालण्याचा 'पां'चा विचार होता. दुपारच्या वेळी ते भुतासारखे भोपळे बागेत कसे दिसतील, या कल्पनेनं मला हसू आलं; पण 'पा' म्हणाले की, त्यावर आच्छादन घातलं नाही तर पिकणाऱ्या फळांची साल उन्हानं भाजून निघते. त्यांच्या या विलक्षण, अद्‌भुत गोष्टींच्या खालची बाजू सडू नये, त्यावर व्रण पडू नयेत म्हणून त्याखाली काय अंथरावं, यावर माझी आई आणि 'पा' चर्चा करू लागले, तेव्हा मी तिथून सटकले. अजून उन्हाळा संपायचा होता आणि माझे पाचवीचे वर्गही सुरू होणार होते... या सगळ्यात मला 'पां'च्या भोपळ्यांचा केव्हाच विसर पडला.

ऑक्टोबर महिन्याचा मध्य येऊन ठेपला होता. 'पा'नी आम्हाला पुन्हा येण्याचं आमंत्रण दिलं होतं. आम्ही गाडीतून उतरलो तेव्हा 'पा' स्वागताला हजरच होते. काहीतरी खास आहे, हे लक्षात येत होते. 'पा' सफरचंदी गालांचे, लुकलुकत्या डोळ्यांचे, मौजमजा करणाऱ्या प्रकारचे आजोबा कधीच नव्हते. भेटवस्तू सोडल्या तर ते भावना क्वचितच दाखवून द्यायचे. अंगात लोकरी बनियन, तोंडात पाइप अशा वेशातले 'पा' नेहमी कुणी व्यावसायिक व्यक्तीच वाटायचे; पण त्या दिवशी ते काही वेगळेच दिसत होते. त्यांच्या मनात काहीतरी उचंबळत होतं, त्यांना अगदी खुदुखुदु होत होतं; पण ते भाव ते गिळतायत असं वाटत होतं. त्यांनी आम्हाला थेट त्यांच्या बागेत नेलं.

समोर पाहतोय तर काय, दोन भलेमोठे भोपळे!

"वॉव!" आम्ही चित्कारलो.

"ओह, माय गुडनेस सेक!" माझी आई म्हणाली.

ते दृश्य दुरून पाहूनच आमचा आ वासल्याचं 'पां'च्या लक्षात आलं. मग त्यांनी आम्हाला जवळ नेलं. मी आणि माझा धाकटा भाऊ काटेरी वेली आणि

खरखरीत पानं चुकवत त्या भोपळ्यांजवळ गेलो आणि त्या गुळगुळीत, छान भोपळ्यांना स्पर्श केला. ते भोपळे हलवता येतायत का ते पाहिलं... पण जणू आम्ही 'द जॉर्ज वॉशिंग्टन रॉक' हलवला असावा, तशी अवस्था झाली! ते भोपळे वजनकाट्यावर ठेवले तर त्यांचं प्रत्येकी पाव पाव टन वजन भरलं असतं!

त्यातल्या एका भोपळ्याच्या वरच्या बाजूला चंदेरी रंगात काहीतरी लिहिलेलं दिसलं. माझं त्याकडं लक्ष वेधलं गेलं. तो भोपळा वाढत असताना 'पा'नीं त्यावर माझं संपूर्ण नाव आणि जन्मतारीख कोरली होती, आणि दुसऱ्या भोपळ्यावर माझ्या धाकट्या भावाचं नाव व जन्मतारीख. आमच्या इतक्या मोठ्या कुटुंबातील मी एक सर्वात धाकटी मुलगी होते. त्यामुळं मी कोण हे कुणाला माहीत असेल किंवा एक व्यक्ती म्हणून कुणी मला ओळखत असेल, असं मला मुळीच वाटलं नव्हतं. माझ्या मोठ्या भावंडांची लहान बहीण एवढीच माझी ओळख होती. मला आपल्याकडं कुणाचं लक्ष नाहीय, आपण उपेक्षित आहोत, दुर्लक्षित आहोत, असं नेहमी वाटायचं. त्यामुळं 'पा'नां माझं संपूर्ण नाव आणि जन्मतारीख बरोबर माहिती आहे, हे मला समजलं... त्यांनी फक्त माझा विचार करून हा भोपळा वाढवलाय, योग्य वेळी मला 'सरप्राईज' द्यायचा बेत आखलाय हे समजलं, तेव्हा मी आनंदानं वेडीपिशी झाले. मला वाटतं मी त्यांना आलिंगन द्यायचं, किमान त्यांच्या पायांना मिठी मारण्याचं धाडस केलं. त्यांनी भोपळ्यासाठी किती श्रम घेतले, किती वेळ आनंदानं आणि गुपचुप दिला, हा विचार माझ्या मनात नंतर आला आणि मी हेलावले.

त्या भोपळ्यात कोरीव काम करून त्यात मजेशीर चेहरा कोरून तो भोपळा कंदिलासारखा टांगला. त्याचे मसालेदार पाय आणि मफिन्स बनवले... हा भोपळा म्हणजे मला आजवर भेटीदाखल मिळालेल्या वस्तूंतली सर्वांत वेगळी... विलक्षण भेट होती; पण त्याहूनही महत्त्वाचं म्हणजे 'पा'चं दिलखुलास औदार्य व्यक्त होण्यासाठी ती योग्य आकाराची आणि आपल्यावर कुणीतरी प्रेम करतंय याच्या आश्चर्ययुक्त समाधानानं एका छोट्याशा मुलीचं मन भरून टाकणारी गोष्ट होती!

लाल रंग उत्कट भाव व्यक्त करत असेलही कदाचित; पण माझ्या लेखी खऱ्या प्रेमाचा रंग आहे भगवा. माझ्या दृष्टीनं भगवा... तेजस्वी, भोपळ्यासारखा भगवा रंग... हाच प्रेमाचा रंग आहे.

– ॲलीसन हार्मस

खडूचा तुकडा

आमच्या घरामध्ये वडिलांना घाबरणं स्वाभाविकच होतं.

आमची आईसुद्धा त्यांना घाबरत असे. लहान असताना मला आणि माझ्या बहिणीला वाटायचं की, सगळ्या घरांत हे असंच असतं. प्रत्येक घरात कसं वागेल त्याचा भरवसा नसलेला एक दारूडा असतो. त्याला कशानंही खूश करणं अशक्य असतं आणि देवाची प्रार्थना करणारी एक ममाही असते, ती मुलांचं रक्षण करते. आम्हाला वाटायचं की देवाची अशीच योजना आहे.

आम्ही दोघी चांगल्या मुली होतो. ममा आम्हाला नेहमी तसं सांगायची; पण डॅडींना मात्र तसं वाटत नसे. याला काही प्रमाणात एक गोष्ट कारणीभूत होती, ती म्हणजे आमचं काहीही करायचं धाडसच होत नसे. आम्ही शांत, भित्र्या, बुजऱ्या होतो, क्वचितच बोलायचो... आणि डॅडी घरी असताना तर गप्पच असायचो. लोकांना वाटायचं की देवानं ममाला सर्वांत गोड छकुल्या दिल्या आहेत आणि तिलाही त्याचा नेहमी अभिमान वाटत असे!

एके दिवशी आम्हाला एक गंमत करायला मिळाली.

त्याचा कुणालाही त्रास होणार नाहीये हे आम्हाला माहीत होतं; पण आम्ही ते करण्याचा धोका कधीही पत्करला नव्हता. आमच्या घराला एक लाकडी दार होतं. त्यावर खडूचं चित्रं काढून लगेच ती पुसून टाकता येतात, याचा आम्हाला शोध लागला होता. यात आम्हाला खूप मजा वाटत असे.

त्या दारावर आम्ही कितीतरी छान-छान चित्रं काढली. वेळ कसा मजेत गेला. आमची कला पाहून आम्हीच थक्क झालो होतो. ती चित्रं खरंच खूप छान आली होती! मग आम्ही आमच्या 'मास्टरपीस'वर अखेरचा हात फिरवायचं ठरवलं. आमच्या कलाकृतीचा आम्हाला अभिमान वाटत होता. ते ममालाही खूप आवडेल असं वाटत होतं. कदाचित ती तिच्या सगळ्या मित्रमैत्रिणींना हे पाहायला बोलवेल... कदाचित ते सगळे त्यांच्या दारांवर अशीच चित्रं रेखायला

आम्हाला बोलवतील. आम्हाला ज्यामध्ये उत्तम गती होती, असं क्षेत्र आम्हाला गवसलं होतं!

पण आम्हाला जे कौतुक अपेक्षित होतं, ते मात्र मिळालं नाही. आमच्या कलाकृतीचं सौंदर्य पाहण्याऐवजी ममानं पाहिलं की, हे सगळं स्वच्छ पुसून काढण्यासाठी तिला किती वेळ आणि श्रम लागतील. ती अक्षरश: वेडी झाली होती. आम्हाला ते समजलं नाही; पण आम्हाला रागाचे चटके चांगलेच माहीत होते. आम्ही चांगल्याच अडचणीत आलो होतो!

मग आम्ही लपून बसण्यासाठी जागा शोधायला पळालो. आमच्या वृक्षराजींनी बहरलेल्या अंगणात दोन छोट्या मुलींना लपायला जागा मिळणं मुळीच अवघड नव्हतं. आम्ही दोघी झाडामागं लपून तिथंच स्तब्ध उभ्या राहिलो. थोड्याच वेळात आमच्या मॉमच्या घाबऱ्याघुबऱ्या हाका कानावर पडल्या. आमचे शेजारीही आम्हाला हाका मारत होते; पण आम्ही जराही हललो नाही. त्यांना सगळ्यांना भीती वाटत होती की, आम्ही पळत जाताना घरामागच्या तळ्यात तर पडलो नाही! आणि ते आम्हाला शोधतील याची भीती वाटत होती.

सूर्य मावळतीकडं झुकला तसा अंधार पडू लागला. आमच्या आजूबाजूच्या लोकांना आणखीनच काळजी वाटू लागली आणि आम्हालाही जास्तच भीती वाटू लागली. वेळ पुढं सरकत होता. आम्ही जितका जास्त वेळ इथं लपून राहू, तितकं बाहेर येणं जास्त अवघड होणार होतं. एव्हाना आमच्या बाबतीत काहीतरी भयंकर घडलंय, अशी मॉमची खातरी पटली होती. अखेर तिनं पोलिसांना बोलावलं. काहीतरी धावपळ चाललीय एवढं आम्हाला समजत होतं. कारण सगळे आवाज आमच्या कानावर पडत होते. त्यानंतर शोधकार्य पुन्हा सुरू झालं. या खेपेला इतरांच्या आवाजांवर जाणारे कणखर पुरुषी आवाज येत होते. याआधी आम्ही नुसत्या घाबरलो होतो, आता तर पोटात मोठा गोळा आला होता!

आम्ही अंधारात एकमेकींना घट्ट बिलगून होतो, तेव्हा आणखी एक आवाज कानावर पडला. आम्ही तो लगेच ओळखला आणि भीतीची आणखी एक लहर सरसरत गेली. तो डॅडींचा आवाज होता; पण त्यांचा आवाज काही वेगळाच वाटत होता. आम्ही यापूर्वी कधीही न ऐकलेले शब्द आमच्या कानावर पडत होते. त्या स्वरात भय, वेदना, निराशा... तेव्हा आम्हाला त्याला नेमका शब्द सुचत नव्हता... सगळं काही होतं. त्यानंतर अश्रू आणि प्रार्थनेचे स्वर एकत्रच कानावर आले.

गुडघ्यांवर बसून परमेश्वराची विनवणी करणारे ते आमचे डॅडी होते? परमेश्वरानं जर आम्हाला सुखरूप परत दिलं, तर त्याबदल्यात स्वत:चा जीव देण्याचं वचन देणारे, गालांवरून अश्रुधारा कोसळणारे... ते आमचे डॅडी होते?

हा आमच्या दृष्टीनं भलताच मोठा धक्का होता. आता आपण बाहेर पडू या असं

आम्ही दोघींनीही ठरवलं नाही... आम्ही चुंबकासारख्या डॅडींकडं खेचल्या गेलो. आमच्या मनात साकळलेलं भय जंगलात विरून गेलं. आम्ही स्वत: पावलं टाकत त्यांच्या दिशेनं गेलो, का परमेश्वरानं आम्हाला त्यांच्या बाहुपाशात लोटलं ते माहीत नाही! आम्हाला फक्त इतकंच आठवतंय की, त्यांचे मजबूत प्रेमळ बाहू आम्हाला घट्ट धरून होते... आम्ही कुणी मौल्यवान गोष्ट असावी तसे. आणि त्यांच्या डोळ्यांची तळी ओसंडून वाहात होती.

त्या प्रसंगानंतर सगळं चित्रच बदललं. आम्हाला जणू नवे डॅडी लाभले. जणू आमचे जुने डॅडी त्या दिवशी जंगलात मातीत मिसळले. परमेश्वरानं त्यांना परत घेतलं होतं आणि त्यांच्या जागी दुसरा माणूस पाठवला होता... आमच्यावर प्रेम करणारा आणि आम्ही सुखरूप परत आल्याबद्दल सदैव परमेश्वराचा ऋणी असणारा.

ममा आम्हाला नेहमी सांगायची की, परमेश्वर चमत्कारांचा परमेश्वर असतो. तिचं बरोबर होतं. त्यानं खडूच्या एका तुकड्याच्या मदतीनं आमचं सगळं कुटुंबच बदलून टाकलं.

– हॉली स्मेल्झर

हात हाती

मला रात्री झोपायला उशीर झाला होता. 'ॲटलान्टा-३०३०६' या माझ्या स्थानिक वर्तमानपत्राचा पहिला अंक नुकताच प्रसिद्ध झाला होता. महिन्याभरातल्या जागरणांचा शीण नुकताच कुठं कमी होत होता.

तितक्यात फोन वाजला.

फोन माझ्या भावाचा होता की बहिणीचा, ते मला आता आठवत नाहीय; पण फोनवरून समजलं की, आमचे डॅडी रोज्वेल रोडवरील नॉर्थसाइड YMCAच्या व्हरांड्यातून नेहमीप्रमाणे स्विमिंग ॲरोबिक्स क्लासला निघाले असतानाच, त्यांना पक्षाघाताचा जबरदस्त झटका आला होता.

मी गाडी काढली आणि ताबडतोब 'पिडमॉन्ड हॉस्पिटल'मध्ये गेलो. आणि धावतच अतिदक्षता विभागात पोहोचलो. माझ्या बाबतीत हाडं मोडणं, अपेन्डिक्स, असल्या कसल्या-कसल्या दुखण्यांत डॅडनी माझी किती काळजी घेतली होती, ते आठवलं. आणि आता मी त्यांना पाहायला आलो होतो.

मी त्यांच्या खोलीत गेलो, ते बेशुद्ध होते. सारं कसं शांत-शांत होतं. मी असाहाय्यपणे त्यांच्याशेजारी उभा होतो. तिथं कोपऱ्यात परिचारिका उभी असल्याचं मला कळलंही नव्हतं. तिनं मला डॅडींना स्पर्श करण्याची परवानगी दिली.

त्यांना स्पर्श करायचा?... माझ्या मनात विचार सुरू होते... कसा करायचा? मी त्यांच्या हातांकडं पाहिलं. वर्षानुवर्षं मी ते हात हस्तांदोलनासाठी धरत आलो होतो. पुढं आमच्या कुटुंबाला प्रेम गवसल्यानंतर मला त्यांना मिठी मारल्याचं आठवत होतं, अगदी अलीकडंसुद्धा त्यांना पापे दिल्याचं स्मरत होतं. मात्र त्यांचा नुसता हात हाती घेतल्याचं मात्र मला अजिबात स्मरत नव्हतं... एखादं लहान मूल रस्ता ओलांडताना आपल्या आईवडिलांचा हात धरेल, तसा मी त्यांचा हात कधीच धरला नव्हता.

आता मी त्यांचा हात हातात घेतला... आणि नुसता धरून ठेवला. त्यांचा हात किती मोठा होता... पण मऊसूत. माझ्या मनात आलं, आपण याआधी कधी हे का

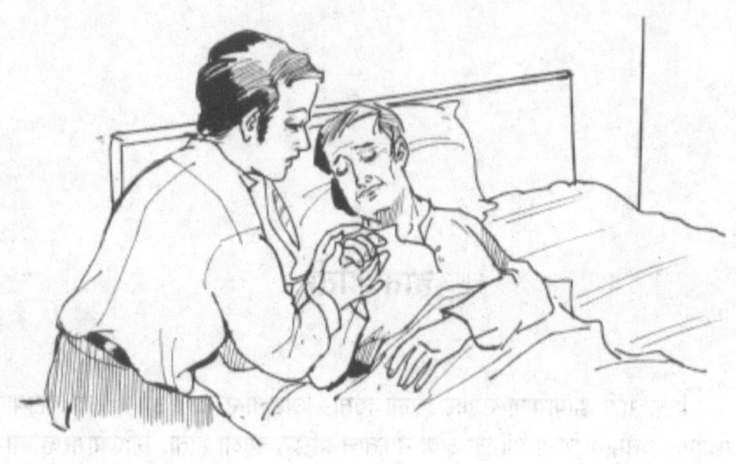

केलं नाही? ही माझ्या मनातली असुरक्षितता म्हणायची की, त्यांच्या मनातली? बहुधा दोघांच्याही मनातली, हा मी माझ्या वडिलांना केलेला अखेरचाच स्पर्श ठरला. ते बेशुद्धीच्या काळोखातून कधीच बाहेर आले नाहीत... त्याच दिवशी सायंकाळी त्याचं निधन झालं.

ते दृश्य मी मनात पुन्हा अनेकदा जागं केलं आहे. माझ्या डॅडच्या आयुष्यातल्या शेवटच्या काही तासांमध्ये त्यांचा हात हातात घेण्याच्या त्या साध्याशाच कृतीच्या स्मरणानं, मला खूप दिलासा मिळतो. दिसायला अगदी साधीशी कृती; पण दोन माणसांना अगदी झटकन, अगदी जवळ आणणारी....

माझ्या अकरा वर्षांच्या मुलाला हे माहीत आहे आणि सुदैवानं आधीच्या पिढ्यांसारखं तो भावना मनातल्या मनात कोंडणारा नाहीये. माझ्या डॅडच्या मृत्यूनंतर एकदा मी मॉलमध्ये गेलो होतो. माझ्यासोबत माझा मुलगा व त्याच्या वयाचाच माझा भाचा होता. त्यानं माझ्या मुलाला विचारलं की, तू त्यांचा हात का धरला आहेस? त्यावर तो काही बोलला नाही, पण त्यानं पटकन माझा हात सोडला. माझ्या मनात आलं, हाच तो सारं स्पष्ट करणारा क्षण! मॉलमध्ये त्याचा हात धरून चालताना मलाही जरासं अवघडल्यासारखं झालं असलं, तरी त्याच्या स्पर्शाची उणीव मला जाणवणार होती... त्याला कधी कळणारही नाही इतकी....

त्यानंतर काही आठवड्यांनी पुन्हा आम्ही वीक-एन्डला एकत्र आलो, त्या वेळी त्यानं त्याचा हात अलगद माझ्या हातात सरकवला... काहीही न बोलता मला पुन्हा रेशीमबंध जुळल्यासारखं वाटलं.

यंदाच्या उन्हाळ्यात आम्ही पॅरिसला गेलो होतो. आम्ही सीन नदीच्या किनाऱ्यावर भटकत होतो. मी त्याला व त्याच्या १३ वर्षीय, बहिणीला कॅथड्रल्स वस्तुसंग्रहालय दाखवायला नेत होतो. त्या वेळी त्यानं माझा हात धरला... आम्ही हातात हात घालून कितीतरी अंतर पार केलं. माझ्या मुलीनं तिनं वयाच्या नवव्या-दहाव्या वर्षीच माझा हात धरणं बंद केलं होतं. चालण्याचा वेग वाढवत मी याकडं दुर्लक्ष केलं. ती बहिणाबाई या भूमिकेत या दृश्याबद्दल काहीतरी बोलणार, हे मला माहीत होतं; पण ती अलिप्तपणे गप्प राहिली.

आणि आम्ही नदीकिनारी भटकत राहिलो... आम्ही तिघं... तिला तिचा अलिप्तपणा सोयीचा वाटत होता. माझा मुलगा इतरांशी भावबंध जोडण्याच्या सहज स्वाभाविक अंत:प्रेरणेनुसार वागताना संतुष्ट होता... आणि मी, या दोन्ही दरम्यान कुठंतरी होतो.

कधी-कधी हात कधी सोडायचा हे ठरवणं आपल्या हातात असतं, कधी-कधी ते आपल्या हातात नसतं.

– *ख्रिस श्रॉडर*

मित्रापेक्षा जास्त...

आपल्याला काही सर्वोत्तम मित्र आपल्या रक्ताच्या नात्यातच मिळू शकतात.

– थिओडोर रुझवेल्ट

लुईसविल केन्टुकी हे असं ठिकाण आहे, जिथं बास्केटबॉल हा आयुष्याचा महत्त्वाचा घटक असतो, त्यामुळं मुलाला एनबीए प्रदर्शनीय सामन्याला घेऊन जाणं ही अतिशय खास बाब असते; पण ती संध्याकाळ किती 'खास' ठरणार आहे, हे मला त्या वेळी माहीत नव्हतं! हिवाळ्यातल्या बोचऱ्या थंडीत वारा पिसाटला होता. मी आणि जॉश हात धरून केन्टुकी फेअरग्राउंडसच्या पार्किंग लॉटमधून बाहेर पडून सुप्रसिद्ध फ्रीडम हॉलच्या दिशेनं निघालो होतो. जॉश अजून आठच वर्षांचा असल्यामुळं अजून त्याला वडिलांचा हात धरून चालण्यात काही गैर वाटत नव्हतं. मला ते फार आवडलं होतं; कारण असे सगळे क्षण आता लवकरच भूतकाळात विरून जाणार आहेत, याची मला जाणीव होती.

मैदानात एकोणीस हजारांवर प्रेक्षक उपस्थित होते. इतकी गर्दी म्हणजे सामन्याची सगळी तिकिटं संपली असणार. आम्ही लुईसविल विद्यापीठाच्या बऱ्याच बास्केटबॉल सामन्यांना गेलो होतो आणि याच ठिकाणी केन्टुकी विद्यापीठाच्या काही सामन्यांनाही आलो होतो; पण मायकेल जॉर्डन आणि शिकागो बुल्स विरुद्ध वॉशिंग्टन बुलेटस (फेल्टन स्पेन्सर या लुईसविल विद्यापीठाच्या भूतपूर्व 'स्टार' खेळाडूसह) हा सामना पाहण्याच्या उत्सुकतेनं त्या प्रचंड मोठ्या पार्किंग लॉटमध्ये आमची पावलं झपझप पडत होती. आजचा सामना कसा होईल, याबद्दल तर्कवितर्क सुरू होते.

आम्ही चक्रद्वारातून आत गेलो, तेव्हा जॉश लॉटरीचं तिकीट लागलं असावं, तशा थाटात सामन्याचं तिकीट फडकवत होता! आम्हाला 'सच्च्या' चाहत्यांच्या वरच्या बाजूच्या सीटस मिळाल्यामुळं रॅम्प चढून तिथं पोहोचणं साहसाचं काम होतं.

आम्हाला काही कळायच्या आत सामना सुरू झाला आणि दोन्ही संघ परस्परांना भिडले होते. सामन्याच्या मध्यंतरात आम्ही हॉट डॉग आणि कोक या सक्तीच्या शिरस्त्यासाठी धावलो आणि सामन्यातला एकही 'लेअप' किंवा 'जम्प शॉट' चुकू नये. म्हणून पुन्हा घाईनं जागेवर परत आलो. सामन्याच्या मध्यंतरापर्यंत सगळं अपेक्षेनुसार घडत होतं. मी जवळपास बसलेल्या माझ्या मित्रांशी बोलायला सुरुवात केली. तितक्यात माझी बाही ओढल्याचं जाणवलं. पाहतो तर तारुण्याच्या उंबरठ्याशी पोहोचलेला जॉश फ्रॅगर माझा हात ओढत होता. त्यानं माझ्या मनगटावर रंगीबेरंगी तागानं विणलेली ब्रेसलेट बांधली. ती माझ्या मनगटावर खरंच खूप छान बसली. जॉश ती ब्रेसलेट जागची हलू नये, यासाठी अगदी मन लावून काळजीपूर्वक 'डबल स्क्वेअर नॉट' बांधत होता (स्काऊटमधली कौशल्यं खरोखर उपयोगी पडतात.). माझा स्काऊटमास्तर या नात्यानं बऱ्याच किशोरवयीनं मुलांशी संबंध येतो, त्यामुळं या क्षणाचं महत्त्व माझ्या लक्षात आलं. मला त्याला माझ्या वैचारिक नैपुण्यानं प्रभावित करायचं होतं. मी त्याच्या डोळ्यांत थेट पाहात छानसं हसून त्याला अभिमानानं म्हणालो, ''मला माहीत आहे, ही फ्रेंडशिप ब्रेसलेंट आहे.''

''म्हणजे आपण मित्र आहोत,'' मी म्हणालो.

त्यावर जॉश क्षणाचाही विलंब न लावता, त्याचे मोठे-मोठे तपकिरी डोळे माझ्यावर रोखत म्हणाला, ''आपण मित्रांपेक्षाही जास्त आहोत... तुम्ही माझे डॅड आहात!''

त्यानंतरचा सामना मला आठवतंच नाहीय.

– स्टॅनले आर. फ्रॅगर

सफर एका तरुणाची

'प्रिय डॅड' मी लिहिलं, 'मला घरी यायचं आहे.'

त्यानंतर काही वेळ विचार करून मी ते पान टरकावलं आणि त्याचा चोळामोळा करून चेंडू केला. मी गर्दीनं गजबजलेल्या रस्त्याच्या कडेला बसलो होतो. मी पत्र लिहायला अनेकदा सुरुवात केली होती; पण प्रत्यक्षात ते कधीही पूर्णत्वाला गेलं नव्हतं. मला माझ्या घरी परत जायचं होतं... माझ्या आई-वडिलांकडं, माझ्या बहिणींकडं; पण....

मी हायस्कूल पूर्ण झाल्यानंतर घरातून पळून गेलो होतो. माझ्या आईवडिलांचा मी कॉलेजला जावं असा आग्रह होता; पण मला शाळेचा कंटाळा आला होता आणि आता कॉलेजला जायची तर अजिबात तयारी नव्हती. मला त्याचा तिटकारा होता. शिवाय माझे वडील माझ्या बाबतीत फारच कडक होते. मला शेतावरही बरीच कामं करावी लागत असत. मला कामाचाही तिटकारा होता!

एकदा माझं वडिलांशी भांडण झालं. मी तिरीमिरीतच पिशवीत चार गोष्टी कोंबल्या आणि संतापाच्या भरात घर सोडलं. वडिलांचे शब्द कानावर पडले, 'घर सोडून गेलास तर पुन्हा परत यायचं नाही!'

माझी आई रडत होती. डोळ्याला डोळ्या लागू न देणाऱ्या शेकडो टक्क जाग्या रात्री मी ते अश्रू पाहिले आहेत.

पत्र लिहायलाच हवं.

प्रिय डॅड,

वर्षभराहून अधिक काळ उलटलाय. मी पश्चिमेकडून पूर्वेकडं आलोय. मी अनेक नोकऱ्या केल्या. त्यांपैकी कुठलीच फार चांगली नव्हती. मला कायम तोच प्रश्न विचारला गेला, 'तुमचं शिक्षण किती?' चांगल्या नोकऱ्यांसाठी कॉलेजमध्ये गेलेली माणसं लागतात, असं दिसतंय.

डॅड, तुम्ही आणि ममी प्रत्येक गोष्टीत बरोबर होतात. शेतावर काम करून माझ्या अंगाला भोकं पडत नव्हती, हे आता मला कळतंय. तसंच मला कॉलेजच्या शिक्षणाची गरज आहे, हेही मला पटलंय. तुमचं दोघांचंही माझ्यावर प्रेम होतं हेही मला पटलंय. माझ्यासाठी हे पत्र लिहिणं सोपं काम नव्हतं. वर्षभरापूर्वी मी हे लिहू शकलो नसतो. मी घर सोडल्यानंतर मला काही चांगली माणसं भेटली तसे आडदांड-रासवट नमुनेही भेटले. मी सगळे प्रकार झेलू शकतो, असं मला वाटत होतं; पण कधी-कधी ते इतकं सोपं नव्हतं. विशेषत: रात्री परतण्यासाठी प्रेम आणि सुरक्षिततेची दुलई पांघरणारं घर नाही, अशा वेळी तर ते अजिबात सोपं नव्हतं. मी घरापासून काही महिने दूर राहीपर्यंत घर म्हणजे काय हे मला खरंच माहीत नव्हतं.

डॅड, मला धडा मिळाला आहे. मला घरी यायचं आहे. घर सोडून गेलास तर पुन्हा परत यायचं नाही, असं तुम्ही म्हणाला होता, हे माझ्या लक्षात आहे. तरीही तुम्ही विचार बदलावा अशी माझी विनवणी आहे. त्या दिवशी माझ्यामुळं तुमच्या तळपायाची आग मस्तकाला पोहोचली... आणि मी तुम्हाला दुखावलं याची मला जाणीव आहे.

तुम्ही माझी विनवणी ऐकली नाही, तरी मी तुम्हाला दोष देणार नाही; पण मी तुम्हाला विचारायला हवंच. मी याआधीच लिहायला हवं होतं हे मला कळतंय. पण माझ्या मनात भीती होती की, कदाचित तुम्हाला माझं काही ऐकून घ्यायचं नसेल.

मला घरी परत येऊन पुन्हा कुटुंबाचा हिस्सा बनायचंय मला कॉलेजला जायचंय आणि यशस्वी शेतकरी कसं बनायचं ते शिकायचंय आणि मग तुम्ही परवानगी दिलीत तर कदाचित मी तुमच्यासोबत शेती करीन.

मी सध्या रस्त्यावर भटकतोय त्यामुळं तुम्ही माझ्या पत्राला पत्रानं उत्तर देऊ शकत नाही; पण काही दिवसांतच (मी नेमका दिवस सांगू शकत नाही, कारण मी 'हिचहायकिंग' करतोय.) मी आपल्या शेतावरून जाईन. आणि डॅडी, तुम्ही मला घरी परत येऊ देणार असाल तर प्लीज, पोर्चमधला दिवा सुरू ठेवा. मी तिथून रात्रीच्याच वेळी जाईन. समजा, दिवा सुरू नसेल तर मी तसाच पुढं जात राहीन पोर्चमध्ये अंधार असला, तरी माझ्या मनात जराही कटूता राहणार नाही. मी समजून घेईन.

ममीला आणि मुलींना माझा नमस्कार सांगा.

लव्ह,
तुमचा मुलगा

मी पत्राची घडी करून ते लखोट्यात घातलं... आणि मला खूप बरं वाटलं. जणू माझ्या खांद्यावरचं एखादं जडशीळ ओझं उतरलं असावं, तसं वाटत होतं. मी तो लखोटा शर्टच्या खिशात ठेवला, माझी जीर्ण सूटकेस रस्त्याकडेला ओढून,

येणाऱ्या कारच्या दिशेनं अंगठा उंचावून उभा राहिलो. मला पत्राचं उत्तर मिळण्यासाठी बरंच अंतर कापावं लागणार होतं.

एव्हाना रात्र झाली होती. मी दुपारपासून फक्त पन्नास ते साठ मैलच पार करू शकलो होतो. मी वाटेत कुठल्याशा छोट्या पोस्ट ऑफिसमध्ये जाऊन ते पत्र रवाना केलं होतं. पत्र टाकल्यानंतर माझं मन जरासं उदास झालं होतं... मी पत्र टाकलं नसतं तर बरं झालं असतं, असं मनात येत होतं; पण आता बाण सुटला होता आणि मला माझ्या वाटेनं जावंच लागणार होतं.

दुसऱ्या दिवशी मला फारशा गाड्या मिळाल्या नाहीत. शिवाय आदल्या रात्री अजिबात झोप मिळालेली नसल्यामुळं मला कंटाळाही आला होता आणि जीव शिणलाही होता. मग मी रस्त्यापलीकडं शेताच्या कडेला असणाऱ्या एका महाकाय ओक वृक्षाखाली गवतावर पसरलो. मी झोपायचा प्रयत्न करत होतो; पण झोप इतक्या सहजासहजी कुठली प्रसन्न होतेय! जवळच्याच शेतात ट्रॅक्टरचा आवाज येत होता, माझ्यापासून काही अंतरावरच दोन कुत्री एका सशाचा पाठलाग करत होती. टेकडीवरच्या वृक्षराजींत बसलेल्या एका फार्महाउसवरून खेळांत गुंग झालेल्या चिमुरड्यांचा आवाज कानावर पडत होता, कोंबडा आरवत होता, कोंबडीचा कलकलाट सुरू होता. मी मनातल्या मनात ताज्या ॲपल पायचा गंध भरून घेतला. मग डोळे मिटून घेतले, तर समोर माझं घर उभं राहिलं... माझं घर... जे मी कसलाही मागचा पुढचा विचार न करता तिरीमिरीत सोडून आलो होतो. मनात आलं, आपल्या छोट्या बहिणी काय करत असतील? त्या उपद्रवी असतील, पण त्यांच्या नजरेत मी चुकीचा असणार नाही. आणि हो, माझी आई स्वयंपाक कसा करत असेल? आम्ही सगळे जण जेवायला बसलो की ती नेहमी म्हणायची, "बाळा, मी हे करायचं ठरवलं ते फक्त तुझ्यासाठी."

मनातलं विचारांचं वादळ मला सहन होईना. मी उठलो आणि ताज्या कापलेल्या गवताचा प्रसन्न गंध उरात भरून घेत निर्जन रस्त्यावरून चालू लागलो... घरी जायला अजून बरंच अंतर पार करायचं होतं; पण ते घर अजूनही 'माझं' असेल? माझे वडील चांगले होते, पण ते त्यांच्या मतावर ठाम असायचे.

तितक्यात मला एक कार मिळाली. कुणीतरी बोलायला मिळालं हे बरं झालं. कारचालक विक्रेता होता. तो अगदी प्रसन्न होता.

"कुठं निघाला आहेस, पोरा?" त्यानं विचारलं.

"घरी," मी बऱ्याच वेळानं उत्तरलो.

"तू कुठं गेला होतास?" त्यानं विचारलं.

तो चोंबड्या चौकशा म्हणून हे विचारत नव्हता, हे मला कळत होतं. तो मनापासून विचारतोय हे त्याच्या चेहऱ्यावर वाचता येत होतं.

"घरापासून खूप दिवस लांब होतास?"

मी जरासं लाजून हसलो आणि म्हणालो, "एक वर्ष, एक महिना आणि दोन दिवस."

त्यानं माझ्याकडं पाहिलं नाही. तो फक्त हसला. त्याला समजलंय हे मी ओळखलं. मग त्यानं मला त्याच्या कुटुंबाबद्दल सांगितलं. त्याला दोन मुलं होती, एक माझ्याच वयाचा होता आणि एक त्याच्यापेक्षा मोठा.

एव्हाना अंधार पडला होता. त्यानं खाण्यासाठी ठिकाण शोधलं आणि मलाही त्याच्यासोबत येण्याचा आग्रह धरला. मी अगदीच घाणेरड्या अवस्थेत होतो. मी त्याला म्हणालो की, तुम्हाला माझ्यामुळं लाज येईल; पण तो ऐकायलाच तयार नव्हता. तो त्या रात्री तिथंच राहणार होता. आमचं जेवण झाल्यानंतर त्यानं मलाही रात्री तिथंच राहायचा आग्रह केला. सकाळी उठून पुढच्या प्रवासाला सुरुवात करण्याआधी मला आंघोळ करून निघता येईल, तसंच थोडी विश्रांतीही मिळेल, असं त्याचं म्हणणं होतं. का कोण जाणे, पण मला त्याला बघून माझ्या वडिलांची आठवण होत होती. मी त्याला सांगितलं की, माझ्याजवळ अगदी थोडे पैसे उरलेत. तुम्ही माझ्या आत्ताच्या जेवणाचा खर्च केला आहे, आता मी तुम्हाला माझ्यासाठी आणखी खर्च करू देणार नाही

तथापि त्या रात्री मी तिथंच राहिलो. दुसऱ्या दिवशी सकाळी नाश्ता झाल्यानंतर मी त्याचे आभार मानण्याचा प्रयत्न केला, पण तो माणूस म्हणाला, "तू चांगला मुलगा आहेस. तुला सांगतो, माझा मोठा मुलगा दोन वर्षांपूर्वी घरातून पळून गेलाय – दोन वर्षं पंधरा दिवस झाले." मग तो नजर दुसरीकडं वळवत म्हणाला, "माझ्या मुलालाही कुणी चांगलं भेटेल, अशी मला आशा आहे."

मला काय बोलावं ते कळेना. माझ्याशी हस्तांदोलन करून तो प्रेमळपणे हसला. "थँक यू, सर फॉर एव्हरीथिंग," मी चाचरत म्हणाले. "आणि मला आशा आहे की...."

"थँक यू," तो म्हणाला, "ॲन्ड गुड लक."

त्यानंतर दोन दिवस उलटले. माझं घर आता पन्नास एक मैलांवर आलं होतं. कितीतरी वेळात मला एकही गाडी मिळाली नव्हती. हळूहळू अंधार पडायला आला. मी कुणी थांबून मला गाडीत घेईल याची वाट न बघता चालत होतो. माझ्या आतली कुठली तरी शक्ती मला पुढं जाण्याची प्रेरणा देत होती... घराच्या दिशेनं खेचून नेत होती; पण पावलांची गती वाढेल तसं मनात शंकांचं मोहोळही जास्तच घुमत होतं. समजा, पोर्चमध्ये अंधार असला तर? मग काय करायचं? कुठं जायचं?

तितक्यात एक मोठा ट्रक आणि ट्रेलर गती कमी करत थांबला. मी धावतच त्यात चढलो.

"तुला कुठंवर जायचंय?" धिप्पाड काळ्या ड्रायव्हरनं विचारलं.

"इथून साधारणपणे चाळीस-पन्नास मैल. तुम्ही तिथवर जाणार आहात?" मी विचारलं.

"त्यापेक्षा लांब जाणार आहे," तो तोंडातल्या तोंडात म्हणाला.

आमच्यात फारसं बोलणं झालं नाही. त्याला बोलतं करणं सोपं नव्हतं. मग मी झोप आल्याचा बहाणा करून मागं टेकून बसलो आणि डोळे मिटून घेतले.

त्यानंतर अर्ध्या तासातच पावसाला सुरुवात झाली. आधी नुसती भुरभुर होती; पण नंतर पावसाचा अक्षरशः पडदा दिसत होता. मी पेंगत होतो, मधूनच जागा होत होतो, पुन्हा डुलकी लागत होती.

एव्हाना आमचं फार्म जवळ आलं होतं. पाऊस अजूनही धुवाधार कोसळत होता. मी टक्क जागा झालो होतो. पोर्चमध्ये दिवा लावलेला असेल? मी डोळे ताणताणून अंधार आणि पावसातून पलीकडं पाहायचा प्रयत्न करत होतो. अकस्मात आमचं फार्म आलं. मी पाहूच शकलो नाही. मी पाहिलं आणि तिथं दिवा दिसलाच नाही तर... ही कल्पनाच मला सहन होत नव्हती. मी डोळे घट्ट मिटून घेतले. माझं काळीज धाडधाड उडत होतं.

तितक्यात ड्रायव्हर हसत चेष्टेच्या सुरात म्हणाला,

"ते बघ! आता आपण मागं टाकलं, ते घर बघ. काय खुळचट माणसं आहेत! पोर्चमध्ये तीन-चार खुर्च्या मांडून त्यावर एकेक दिवा लावून ठेवलाय, आणि एक म्हातारा रस्त्याच्या दिशेनं फ्लॅशलाइट टाकत बाहेर उभा आहे... आणि पोर्चमधला दिवाही सुरू आहे!"

– केविन लुईस फज

२

अडथळ्यांवर मात

आपल्यासमोरचं काम आपल्या मागं असलेल्या 'शक्ती'पेक्षा जास्त मोठं कधीच नसतं.

– राल्फ वाल्डो इमर्सन

परिपूर्णता

ब्रुकलिन, न्यू यॉर्कमध्ये 'लर्निंग डिसेबल्ड' मुलांसाठी 'चश' ही शाळा आहे. काही मुलं त्यांच्या संपूर्ण शालेय कारकीर्दीत 'चश'मध्येच राहतात, तर काही जण नेहमीच्या 'ये शिवाज' व 'बैस याकोव्हज'च्या मुख्य प्रवाहात येऊ शकतात. काही मुलं बराचसा आठवडा 'चश'मध्ये जातात आणि रविवारी 'रेग्युलर' शाळेत जातात.

'चश'च्या निधी संकलन डिनरच्या वेळी 'चश'च्या फादरनी दिलेलं भाषण उपस्थितांपैकी कुणीही, कधीच विसरू शकणार नाही.

शाळेची आणि समर्पितवृत्तीनं काम करणाऱ्या तिथल्या कर्मचाऱ्यांची प्रशंसा केल्यानंतर त्यांनी प्रश्न केला,

"माझा मुलगा शायामध्ये कुठं आहे परिपूर्णता? देव जे काही करतो ते सगळं परिपूर्ण असतं; पण माझ्या बाळाला इतर मुलांसारखं आकलन होत नाही, इतर मुलांसारखं त्याच्या लक्षात राहात नाही. मग देवाची परिपूर्णता कुठं गेली?"

या प्रश्नानं श्रोतृवर्गाला धक्काच बसला. फादर महोदयांच्या यातनांनी सर्व जण दु:खी झाले. काळीज चिरत जाणाऱ्या त्यांच्या प्रश्नानं सारेच स्तब्ध झालं.

"मला वाटतं," फादरनी स्वत:च उत्तर दिलं, "देव जेव्हा असं मूल या जगात आणतो, तेव्हा तो; लोक या मुलाशी कसे वागतात त्यामध्ये परिपूर्णता शोधत असतो."

त्यानंतर त्यांनी त्यांच्या मुलाची शायाची कहाणी सांगितली.

शाया संपूर्ण आठवडाभर 'चश'मध्ये येतो आणि रविवारी 'फार रॉकवे'मधल्या 'येशिवाह दारचेई तोराह'मध्ये जातो. एका रविवारी दुपारी त्याच्या वर्गातील मुलं बेसबॉल खेळत असताना तो आणि त्याचे वडील 'दारचेई तोराह'मध्ये आले. मुलांचा खेळ रंगात आला होता. त्याचे वडील आणि तो बॉलफिल्डच्या दिशेनं येत होते.

शायानं विचारलं, "तुम्ही मला या खेळात भाग मिळवून द्याल?"

शाया मर्दानी खेळाच्यादृष्टीनं अजिबातच सक्षम नाही आणि बहुतेकशा मुलांना तो त्यांच्या टीममध्ये नको असणार, ही गोष्ट त्याचे वडील जाणून होते; पण त्यांना

कळत होतं की, त्यांच्या मुलाला या खेळात सहभागी करून घेतलं, तर त्याला आपणही यात सहभागी आहोत, ही सुखद भावना आनंद देईल.

मग शायाच्या वडिलांनी मैदानातल्या एका मुलाला विचारलं, ''माझा शाया या खेळात सहभागी होऊ शकेल का रे?''

त्या मुलानं त्याच्या टीममधल्या इतर मुलांकडं उत्तराच्या अपेक्षेनं पाहिलं, पण कुणीच काही बोललं नाही. मग त्या मुलानं सूत्रं स्वत:च्या हातात घेत सांगितलं,

''आम्ही सहा धावांनी हरतोय. सामन्यात आठवी इनिंग चाललीय. मला वाटतं. तो आमच्या टीममध्ये येऊ शकतो, आम्ही त्याला नवव्या इनिंगमध्ये खेळायला देण्याचा प्रयत्न करू.''

शायाच्या वडिलांना अत्यानंद झाला, कारण हे ऐकून शायाच्या चेहऱ्यावर रुंद हास्य पसरलं होतं. मग शायाला हातमोजे घालायला सांगण्यात आलं आणि त्याला 'शॉर्ट सेंटर फिल्ड'वर खेळायला पाठवलं. ही 'पोझिशन' फक्त सॉफ्टबॉलमध्ये असते. प्रतिस्पर्धी टीमकडूनही याला अजिबात विरोध झाला नाही.

''आठव्या इनिंगमध्ये शायाच्या टीमनं थोड्या धावा केल्या; पण अजूनही ते तीन धावांनी मागं होतं. नवव्या इनिंगमध्येही त्याच्या टीमनं आणखी धावा केल्या. याच इनिंगमध्ये शायाला बॅटिंग द्यायचं ठरलं होतं; पण प्रत्यक्षात या टप्प्यावर त्याला बॅटिंग देऊन त्याची टीम जिंकायची संधी सोडणार का, हा प्रश्न होता.

आश्चर्याची गोष्ट म्हणजे, शायाला बॅट देण्यात आली आणि 'हिट' मिळवण्याचा प्रयत्न करण्यास सांगण्यात आलं. ही गोष्ट केवळ अशक्य आहे, हे सगळे जणच जाणून होते. कारण शायाला बॅट कशी धरायची तेही नीट माहीत नव्हतं. मग 'हिट' वगैरे तर दूरची बात.

मात्र शाया खेळायला सज्ज झाला, तेव्हा 'पिचर'नं अशा प्रकारे गोलंदाजी केली की, शायाच्या बॅटला बॉलचा निदान स्पर्श तरी व्हावा.

पहिला बॉल आला तेव्हा शायानं बॅट कशीही फिरवली आणि बॉल चुकला. मग शायाच्या टीममधला एक खेळाडू त्याच्याजवळ आला. 'पिचर'नं पुढचा बॉल टाकला तेव्हा त्यानं शायाबरोबर बॅट धरून तो बॉल फटकावला. पिचरही आणखी पुढं आला आणि त्यानं शायाच्या दिशेनं हळू बॉल टाकला.

त्यापुढचा बॉलही त्या दोघांनी मिळून असाच फटकावला. पिचरनं तो बॉल पकडला. आता तो बॉल फर्स्ट बेसमनकडं फेकला की शाया आउट झाला असता आणि खेळ संपला असता.

"पण तसं न करता, 'पिचर'नं तो बॉल उंच आणि दूर फेकला... फर्स्ट बेसमनच्या हाताला येऊ नये इतक्या दूर.

मग सगळेजण ओरडू लागले, "शाया, रन टू फर्स्ट! शाया, रन टू फर्स्ट!"

शायानं हे आयुष्यात कधी केलं नव्हतं.

शाया डोळे विस्फारून आश्चर्यानं धावू लागला. तो 'फर्स्ट बेस'शी पोहोचला तेव्हा 'राइट फिल्डर'नंही जवळ बॉल होता. तो 'सेकंड बेसमन'कडं बॉल फेकू शकला असता, पण 'राइट बेसमन' नंही 'पिचर'चा उद्देश जाणला आणि बॉल 'थर्ड बेसमन' च्या माथ्यावरून पलीकडं जाईल इतका उंच आणि दूर फेकला. सगळेजण ओरडत होते, "शाया, रन टू सेकंड! शाया रन टू सेकंड!"

शाया 'सेकंड बेस'च्या दिशेनं धावत होता. तो तिथं पोहोचला तेव्हा प्रतिस्पर्धी खेळाडू त्याच्या दिशेनं धावत आला, त्याला 'थर्ड बेस'च्या दिशेनं वळवत तो ओरडला, "शाया, रन टू थर्ड!"

शाया 'थर्ड बेस'कडं जात असताना दोन्ही टीममधली मुलं आरोळ्या ठोकत त्याच्यामागून धावत होती, "शाया, रन होम! शाया, रन होम!"

शायानं त्याप्रमाणे केलं आणि तो 'होम प्लेट'वर आला, तेव्हा सगळ्याच्या सगळ्या म्हणजे अठरा खेळाडूंनी त्याला उचलून खांद्यावर घेत त्याला 'हिरो' केलं... जणू त्यानं नुकतीच 'ग्रँड स्लॅम' मिळवून संघाला विजय मिळवून दिला असावा!

"त्या दिवशी," फादर सांगत होते. त्यांच्या गालांवरून अश्रुधारा ओघळत होत्या, "ती अठरा मुलं परिपूर्णतेच्या स्तरावर पोहोचली. त्यांनी दाखवून दिलं की, फक्त बुद्धिमान माणसांचीच दखल घेतली जाऊ नये, त्यांचं कौतुक होऊ नये, तर या बाबतीत थोडं कमी दान मिळालेल्यांचीही दखल घेतली जावी, त्यांचं कौतुक व्हावं. तीही माणसंच आहेत. त्यांनासुद्धा मन आहे, भावना आहेत. तेसुद्धा आपल्यासारखेच आहेत, त्यांनासुद्धा आपण महत्त्वाचं असावं, असं वाटत असतं."

– रब्बी पेसॅच जे. क्रोन

विनाथांबा

४ ऑगस्ट १९९२ची गोष्ट आहे. मी माझ्या मुलीसमवेत – सुझीसमवेत – शिकागो ते ऑकलंड, कॅलिफोर्निया विनाथांबा विमानानं निघालो होतो; पण त्या दिवशी सायंकाळी विमान ऑकलंडमध्ये उतरलं, त्या वेळी आम्ही दोघं प्रवाशांमध्ये नव्हतो.

त्यादरम्यान खरं तर आम्ही सुट्टी घेणार होतो. आम्ही बर्कलेमध्ये राहणाऱ्या माझ्या आईवडिलांकडं जाणार होतो. माझी पत्नी आणि मोठी मुलगी तीन दिवस आधीच रेल्वेनं निघाल्या होत्या. आम्ही त्या दिवशी रात्री माझ्या आईवडिलांच्या घरी एकत्र भेटायचं ठरवलं होतं.

पण तसं घडलं नाही.

चौदा महिन्यांची सूझी माझ्यासोबत होती. ती दोन वर्षांच्या आतली असल्यामुळं तिला तिकीट लागणार नव्हतं. तिची सर्दी आत्ता कुठं बरी होत होती. सर्दीमुळं ती किरकिरी झाली होती.

आम्ही शिकागो सोडलं आणि थोड्याच वेळात ती झोपली. त्यामुळं मी अक्षरश: सुटकेचा नि:श्वास सोडला.

मग मी टॉम क्लॅन्सीची कादंबरी काढली, फ्लाइट अटेन्डन्टला हाक मारून दोन बिअर घेतल्या. असं मध्यांतर घ्यायलाच हवं!

सुझी माझ्या मांडीवर गाढ झोपली होती.

माझ्या शेजारच्या सीटवरचा माणूस अतिशय मैत्रीपूर्ण आणि छान होता. तो 'श्राफ्ट'चा कॅन्डी विक्रेता होता. आत्ता ऑगस्ट महिना होता तरी तो व्हॅलेंटाईन वेळच्या सेल्स प्रमोशनचं काम करत होता.

त्यानं माझ्या मांडीवर झोपलेल्या सुझीकडं निर्देश करत विचारलं, ''केवढी आहे? तिला काय काय येतं? बोलता येतं?''

''ती चौदा महिन्यांची आहे,'' मी उत्तरलो, ''आणि ती आत्ताच 'पॅट अ केक'

शिकलीय. तिला फक्त एकच शब्द येतो. 'डॅडा.' डॅडा हे ती मला उद्देशून नाही तर सार्वत्रिक नाम म्हणून वापरते.''

त्यावर त्यानं सुज्ञपणे मान डोलावली.

''सगळीच मुलं 'डॅडा' म्हणतात आणि त्याला खास असा काही अर्थ नसतो.'' तो म्हणाला.

तासाभरानं सुझीनं जराशी हालचाल केली. ती माझ्या छातीवर डोकं ठेवून माझ्या मांडीवर बसली होती. तिचा चेहरा समोरच्या बाजूला असल्यामुळं मला तो दिसत नव्हता, पण तिचं अंग मला गरम, दमट आणि मरगळलेलं वाटलं... बाथरूमबाहेरच्या पायपुसण्यासारखं. आता तिनं जरासं मुसमुसायला सुरुवात केली होती.

ब्रेक टाइम संपला होता.

मी तिला कडेवर घेतलं आणि तिला घेऊन फेऱ्या माराव्यात अशा विचारानं उठलो. त्या वेळी माझं तिच्या चेहऱ्याकडं लक्ष गेलं आणि मी किंचाळलोच!

सुझी एकदम निश्चेष्ट झाली होती... तिला 'ग्रॅन्ड माल सीझर'चा त्रास होत होता. अर्थात त्या वेळी मला ते समजलं नव्हतं. ते निदान नंतर झालं. मला फक्त कळत होतं ते तिचे डोळे बाहेर आले आहेत आणि तिचं तोंड एका बाजूला वाकडं झालंय, तिच्या नजरेतही काहीतरी विचित्रच झाक होती. 'सीझर'ची तीव्रता वाढली तसा तिचा चेहरा आक्रसत गेला. तिचं माझ्या कडेवर मुटकुळं होऊ लागलं होतं.

मला अक्षरश: काय करावं ते कळेना. आम्ही ७२७ प्रवाशांनी भरलेल्या युनायटेड एअरलाईन्सच्या विमानात ३०,००० फूट उंचीवर नेब्रास्काजवळ कुठंतरी होतो. माझी सैरभैर अवस्था एका प्रवाशाच्या लक्षात आली. शिकागोत प्रतीक्षागृहात मी या सद्‌गृहस्थाला पाहिलं होतं.

''मी फ्लाइट अटेन्डन्टला बोलावू का?'' त्यानं विचारलं.

'प्लीज!'' मी म्हणालो.

त्यानं माथ्यावरचं कॉल बटन दाबताच त्यातला दिवा लागला आणि 'बाँग' असा आवाज आला.

आमच्या काही रांगा पुढच्या सीटवर आमच्याकडं तोंड करून बसलेली एक चाळिशीची बाई आमच्या दिशेनं आली. माझी वेडीपिशी अवस्था तिच्या थोडीफार लक्षात आली होती; पण कॉलबटनचा आवाज कानी पडेपर्यंत काहीतरी गंभीर समस्या आहे, हे तिला कळलं नव्हतं.

''बाळाला बरं नाहीय का?'' तिच्या बोलण्यात दक्षिणी लहेजा होता.

''होय,'' मी म्हणालो, ''मला वाटतं तिला सीझरचा त्रास होतोय.''

त्यावर ती जादूगार स्त्री म्हणाली, "मी निओनेटल इन्टेन्सिव्ह केअर नर्स आहे. मी मदत करू का?"

त्या बाईचं नाव पेगी मॉयर्स. त्या पूर्वी टेनिसीला राहायच्या. सध्या त्या ऑकलंडमध्ये राहात असत. त्यांनी माझ्या कडेवरच्या सुझीला घेतलं आणि त्या गडबडीनं 'फर्स्ट क्लास' विभागात धावल्या. तिथं खुलं, मोकळं वातावरण होतं. त्यांनी सुझीला गॅलीत खाली झोपवलं. त्याच क्षणी तिला दुसरा झटका आला.

विमानात फर्स्ट क्लासमध्ये दोन डॉक्टर्स होते. त्यातले एक हाडांचे शल्यविशारद होते, तर दुसरे निवृत्त हृदयरोगतज्ज्ञ होते. त्यांनी त्यांचा सल्ला देऊ केला; पण त्यांनी पेगीबाईंचा आदर केला.

मी सुझीच्या तोंडावर ऑक्सिजन मास्क धरला होता. तिचा बराचसा चेहरा त्या मास्कखाली झाकला गेला होता. तिची शुद्ध हरपली होती. तिचं अंग प्रचंड भाजत होतं. विमानात देखभाल करणाऱ्या बाईनं पेगींना स्टेथोस्कोप आणून दिला होता. त्या सुझीच्या हृदयाचे ठोके ऐकत होत्या. त्या अतिशय शांत चित्तानं मन लावून तिला तपासत होत्या.

मी बेशुद्धावस्थेत पडलेल्या सुझीकडं पाहिलं... *"आम्हाला सोडून जाऊ नकोस...* मी मनोमन देवाची करुणा भाकत होतो... *मी दुसऱ्या कशालाही तोंड देईन, पण देवा, प्लीज तिला मरू देऊ नकोस."*

मुख्य फ्लाइट अटेन्डन्ट काही मदत हवी आहे का, ते पाहायला गॅलीत डोकावली.

"होय. कॅप्टनला चांगलं हॉस्पिटल असेल अशा मोठ्या शहरात विमान ताबडतोब उतरवायला सांगा," पेगी म्हणाल्या.

त्या बाईला आश्चर्य वाटलं; कारण तिला बहुधा ड्रिंकच्या ऑर्डर्स अपेक्षित असाव्यात. तिनं पेगींना त्यांच्याकडं काही ओळखपत्र वगैरे आहे का ते विचारलं. पेगींनी सांगितलं की, जिथं बसले होते तिथं माझ्या पर्समध्ये वॉलेट आहे, त्यामध्ये माझं नर्सचं ओळखपत्र आहे.

मग त्या बाईनं पेगीचं वॉलेट कॉकपिटमध्ये आणलं आणि एका गुडघ्यावर खाली टेकत पेगींना विचारलं, "डेन्वर चालेल?"

त्यावर पेगी 'हो' म्हणाल्या.

आणि मग लगबग सुरू झाली.

कॅप्टननं PA सिस्टमवर येत सर्व प्रवाशांना सांगितलं की, 'एक लहान मूल खूप आजारी आहे, त्यामुळं आपण डेन्वरमध्ये इमर्जन्सी लँडिंग करतोय.' पेगी, सुझी आणि मी फर्स्ट क्लासमधल्या काही सीटसमध्ये अक्षरशः चेंगरलो. वैमानिकानं विमान

सरळ खाली घेतलं असणार; कारण आम्ही दहा मिनिटांत खाली आलो होतो.

कॅप्टननं आधीच कळवल्यामुळं दोन वैद्यकीय मदतनीस तातडीच्या साहाय्यासाठी तयारच होते. ते लगेच विमानात आले. त्यांनी सुझीला घेतलं. मी त्यांच्यामागून निघालो. केबिनच्या दाराशी गेल्यावर मी मागं वळून पाहिलं. पेगींनी माझ्याकडं पाहून हात हलवला. इतरही बऱ्याच प्रवाशांनी मला 'गुड लक'च्या शुभेच्छा दिल्या. मी अतिशय चिंताग्रस्त होतो. आपण कुठं निघालोय, काय चाललंय काहीच नीट कळत नव्हतं. मी त्या वैद्यकीय मदतनीसांमागून पायऱ्या उतरून गेलो. आमच्या सोबतच्या छोट्या बॅगा आणि सुझीचं सगळं साहित्य विमानात सीटच्या वरच्या बाजूच्या कम्पार्टमेंटमध्ये होतं, पण ते गोळा करून आणायला वेळच नव्हता. माझ्याकडची टॉम क्लॅन्सीची कादंबरी कॅन्डी विक्रेत्याच्या जवळ खाली पडली होती. माझी ती वाचूनही झाली नव्हती. ही त्याची नवी बेस्टसेलर कादंबरी होती 'द सम ऑफ ऑल फिअर्स.'

धावपट्टीजवळ रुग्णवाहिका उभीच होती. त्यातून आम्हाला डेन्वरच्या मध्यवस्तीतल्या एका बऱ्यापैकी मोठ्या हॉस्पिटलमध्ये नेण्यात आलं. मी सुझीला ERमध्ये नेलं. आम्ही तिथं पोहोचलो तेव्हा दुपारचे तीन वाजले होते. सुझीला झटका येऊन तासभर झाला होता. आता ती भानावर आली होती; पण तिचं अंग अजूनही चांगलंच भाजत होतं. मधले लोक अगदी शांत आणि मन लावून एकाग्रतेनं काम करणारे होते. त्यांना सुझीच्या 'सीझर'चं कारण ठरवायचं होतं: कौटुंबिक इतिहास, विषबाधा, अपस्मार, मेंदूचा विकार की ताप? त्यांनी सुझीचा एक्स रे काढला. तिचे डोळे तपासले, पोट दाबून पाहिलं. एव्हाना ती जराशी माणसात आली होती, पण जराही सहकार्य करत नव्हती.

त्यांनी तिचं रक्त घेण्याचा प्रयत्न केला, तेव्हा तिनं इतका नाट्यपूर्ण विरोध दर्शवला की, आम्ही तिघांनी तिला धरून ठेवलं. मी तिचे पाय धरून ठेवले होते.

नर्सनं तिच्या हातात सुई टोचायचा प्रयत्न करताच सुझी उठून बसत अगदी काकुळतीनं माझ्याकडं पाहून 'डॅडा, डॅडा' करत होती.

ते पाहून माझं काळीज तुटलं.

नंतर मला तो कॅन्डी विक्रेता आठवला. 'डॅडा' शब्दाबद्दलचं माझं बदललेलं मत ऐकायला त्याला कदाचित आवडलं असतं.

त्यानंतर 'स्पायनल टॅप' करताना त्यांनी मला खोलीच्या बाहेर पाठवलं. त्या वेळीही तिनं अतिशय असहकार पुकारल्याचं त्यांनी मला नंतर सांगितलं. ती इतकी वळवळ आणि धडपड करत होती की, त्यांना सुई टोचताच येत नव्हती. तिथल्या बालरोगतज्ज्ञ नेमप्लेटवर त्याचे नाव कळले – डॉ. स्मिथ. बाहेर प्रतीक्षागृहात येऊन माझ्याशी बोलल्या.

सुझी अतिशय कणखर आणि जोरदार असल्यामुळं ती यातून बऱ्यापैकी बाहेर पडली असावी, असं त्यांना वाटत होतं. तिला तापामुळं हा झटका आला असावा, या निष्कर्षाप्रत त्या आल्या होत्या. यामध्ये अचानक आलेला ताप १०५पर्यंत चढतो आणि मेंदू पूर्णपणे थांबतोच... अक्षरशः निश्चेष्ट होतो. तिची सर्दी नुकतीच बरी होत होती, या गोष्टीनं या निदानाला आणखी बळकटी दिली. डॉ. स्मिथ म्हणाल्या की, दोन टक्के मुलांना बालपणी कधी ना कधी असा febrile seizureचा झटका येतोच. असं का होतं, याला काही उत्तर नाही. ते घडतं एवढं खरं!

डॉक्टरांनी सुरक्षिततेचा उपाय म्हणून आयव्ही लावलं होतं. एव्हाना रात्रीचे नऊ वाजून गेले होते. दिवसभरातल्या घडामोडींनी अखेर सुझीचा प्रतिकार थांबला होता. तिच्या डाव्या हाताच्या शिरेत मोठीच्या मोठी सुई घातली, तेव्हाही तिनं फारसा आकांत मांडला नाही. तिनं हात दुमडू नये म्हणून त्यांनी तिच्या हाताला चिकटपट्टीनं एक छोटीशी फळी लावली होती.

तिला देखरेखीखाली ठेवण्यासाठी हॉस्पिटलमध्ये दाखल करून घेतलं होतं, आणि मलाही नर्सरीमध्ये तिच्यासोबत राहायची परवानगी दिली होती. मी पत्नीला फोन केला. ती रेल्वे प्रवासात होती. ती 'सॅन्टा फे'ला तिच्या बहिणीकडं गेली होती. फोनवर मी हुंदक्यांनी इतका गदगदत होतो की, काही वेळ तिला काय झालंय हेच कळेना. माझी पत्नी आणि मोठी मुलगी दुसऱ्या दिवशी विमानानं कोलोरॅडोला येणार होत्या.

'युनायटेड एअरलाईन्स'चं विमान ऑकलंडमध्ये पोहोचून बराच वेळ झाला होता. पेगींनी नंतर मला सांगितलं की, वैमानिकाला हॉस्पिटलमधून निरोप आला होता. विमान कॅलिफोर्नियात उतरण्याआधी त्यानं वरून जाहीर केलं होतं की, "आत्ताच डेन्वरहून निरोप आला आहे. सुझी फे ही छोटुकली आता बरी होत आहे."

हे ऐकताच विमानात टाळ्यांचा कडकडाट झाला होता.

बालरुग्ण विभागातल्या सुझीच्या खोलीत झुलती खुर्ची होती. त्यावर आम्ही कित्येक तास झुलत बसलो होतो. तिची छोटी-छोटी पुस्तकं आणि खेळणी विमानातच राहिली होती, त्यामुळं तिचं मन रमवण्यासाठी मी गाणी गायलो. मशालगीतं, देशभक्तिपर गीतं, आध्यात्मिक गीतं, संगीतप्रधान गीतं. त्या दिवशीचं एक गाणं आजही मला आठवतं. त्या गाण्यानं मी पुरता हललो होतो. मी 'व्हेन यू विश अपॉन अ स्टार'चं जिमिनी क्रिकेट व्हर्जन गुणगुणत होतो... त्यात 'लाइफ अ बोल्ट आउट ऑफ द ब्ल्यू, फेट स्टेप्स अॅन्ड पुल्स यू थ्रू,' या ओळी आल्या, तेव्हा मला रडू कोसळलं.

माझ्या कडेवर झुलणारी सुझी माझ्याकडं पाहात होती... आणि मी रडत होतो ... रडत होतो.

त्या मोठ्या शहरात आमची कुणाशीही ओळख नव्हती. माझ्याजवळ अंगावरच्या कपड्यांखेरीज काहीही नव्हतं; पण माझ्याजवळ सुझी होती. त्या प्रवासात तिचं माझ्यालेखी काय मोल होतं, ते मला समजलं होतं आणि हेही समजलं होतं की, जेव्हा एखाद्या लहान मुलाला मदतीची गरज असते, तेव्हा आपण ती केलीच पाहिजे. आपण त्यासाठी काहीतरी मार्ग शोधलाच पाहिजे. मग त्यासाठी लोकांनी गच्च भरलेलं विमान ताब्यात घ्यावं लागेना का!

त्या सफरीत आधी न ठरवता झालेल्या डेन्वरवारीत मला अनेक शोध लागले. पिता होण्याचा विशेषाधिकार हा दीर्घकाळ चालणारा शोधच असतो.

मध्यरात्र झाली तरी सुझी अजून जागीच होती. ती 'पॅट-अ-केक' करायचा प्रयत्न करत होती. तिच्या डाव्या हाताला सुरक्षिततेचा उपाय म्हणून लावलेली लाकडी फळी निरुपयोगी ठरली होती. तिनं माझा डावा हात घेऊन तिला पॅट-अ-केक खेळता येईल, अशा प्रकारे ठेवला... माझ्या डाव्या हातासमोर तिचा उजवा हात होता.

शोधाचा एक नवा दिवस उजाडला, तेव्हा माझ्या कानावर एका हाताच्या टाळीचा आवाज पडत होता.

– *स्टीफन फे*

बाळं आणि रेस्टॉरन्टस

नवजात बाळाची काळजी घेणं म्हणजे, आठवड्याचे सातही दिवस दिवसाचे चोवीस तास अशा व्यक्तीच्या कल्याणासाठी तन-मन अर्पून समर्पित करणं; ज्यासाठी इतर माणसांचा प्रतिसाद असतो, मुख्यत: तुच्छदर्शक नजरेचा!

– डेव बॅरी

तुम्ही नव्यानं मातापिता झाला असाल, तर कधी ना कधी तुम्ही स्वत:च अथवा तुमचा जोडीदार म्हणेल : 'आपण बाळाला रेस्टॉरन्टमध्ये नेऊ या!'

आता एखाद्या सर्वसामान्य, शहाण्या माणसाला हे विधान हास्यास्पद वाटेल. हे म्हणजे 'आपण हरणाला ऑपेराला नेऊ या' म्हणण्यासारखं आहे.

पण तुम्हाला किंवा तुमच्या जोडीदाराला तुमच्या बाळाला रेस्टॉरन्टमध्ये घेऊन जाण्याच्या कल्पनेत काहीच गैर वाटणार नाही. याचं कारण म्हणजे तुम्ही नवे-नवे माता-पिता आहात. आत्ता तुम्ही आनंद, आश्चर्य आणि शक्यता यांचा जादूई काळ अनुभवत आहात. त्यामुळं तुम्ही खरोखरच वेंधळे बनला आहात. असे तुम्ही एकटेच नाही. सगळेच नव-पालक डोकं गमावण्याच्या टप्प्यातून पार पडतात. त्यांचे त्या इवल्याशा मानवाशी भावबंध निर्माण करण्याची निसर्गाची ती पद्धत आहे आणि तो इवलासा मानव मानवांशी नातं जोडत असतो, केवळ तुच्छदर्शक नजरेने! अतिशय हुशार मातापित्यांनाही याची झळ बसत असते.

साधारण महिनाभर आपल्या बाळाशी भावबंध जुळले की, पथडीतल्या मातापित्यांचा बुद्ध्यंक मातीमोल होतो. आणि याच वेळी ते बाळाला रेस्टॉरन्टमध्ये घेऊन जायला हरकत नाही, असं समजतात. मी काय सांगतोय ते मला नीट कळतंय : आम्हाला एक छोटुकली मुलगी आहे आणि आम्ही तिला अनेकदा रेस्टॉरन्टसमध्ये घेऊन

गेलोय... आम्ही तिथं न जाता घरीच राहून आमच्या कपाळांवर डागणीनं शून्य आणि फुलांचा खेळ खेळणंच अधिक आरामदायी आणि सुखाचं ठरेल, हे एव्हाना आम्हाला अनुभवानं कळायला हवं होतं, तरी....

पण आम्ही स्वत:ला आवरू शकलो नाही, आणि तुम्हीही नव-पालक असाल, तर तुम्हीही स्वत:ला आवरू शकणार नाही. त्यामुळंच मी आज तुम्हाला 'बाळाला घेऊन बाहेर जेवायला जाताना' या विषयावर काही उपयुक्त 'टिप्स' देत आहे :

१. रेस्टॉरन्टमध्ये प्रवेश केल्याक्षणी बाहेर पडण्याची तरतूद करा :

तुमचं बाळ किंचाळलं अथवा बाळं रेस्टॉरन्टसमध्ये सहजप्रवृत्तीनं करतातच तसं त्यानं अशक्यप्राय असं भलंमोठं 'आउटपुट' द्यायचं ठरवलंच, तर काय भयानक अवस्था होते, त्याचा तुम्हाला अनुभव आहेच. ही अवस्था डायपर शास्त्रज्ञांना 'प्रोजेक्टाईल हगीज लीकेज' (P H L) म्हणून परिचित असते. अशा वेळी तुम्हाला तिथून बिल चुकतं करून शक्य तितक्या जलद निघायचं असतं. म्हणून तुम्ही रेस्टॉरन्टमध्ये प्रवेश करताच बिल चुकतं करून टाकावं, हे सगळ्यात उत्तम! बिल देताना थोडं जादाच द्या. (म्हणजे आठशे डॉलर्स वगैरे.) कदाचित तुमचं झाल्यानंतर तुमचं टेबल जाळून टाकावं लागू शकतं, त्याची नुकसानभरपाई धरून.

काही मातापिता रेस्टॉरन्टमध्ये कधीच प्रवेश करत नाहीत. ते गाडीतून फक्त पुढच्या दाराशी येतात. गाडीच्या खिडकीतून पैसे फेकतात आणि तिथून वेगानं निघून जातात. रात्रीच्या वेळी त्याचं बाळ रुग्णवाहिकेच्या भोंग्यासारखं गळा काढून रडत असतं.

२. रेस्टॉरन्टमध्ये आलेल्या इतर लोकांना उपद्रव होणार नाही, अशा ठिकाणचं टेबल देण्याची विनंती करा :

उदाहरणार्थ, तुम्हाला न्यू यॉर्क सिटीतल्या आलिशान रेस्टॉरन्टमध्ये खायची इच्छा असेल, तर तुम्ही छतावरचं (किंवा निदान क्लिव्हलॅन्डमधल्या बॉब्ज बिग बॉयमधलं) टेबल मिळवण्याचा प्रयत्न करायला पाहिजे.

३. सुयोग्य पदार्थ निवडा :

आज खाद्यपदार्थांची विस्तृत शृंखला उपलब्ध आहे... इटालियन, फ्रेंच, चायनीज किंवा काहीतरी अखाद्य शोभिवंत पदार्थांत निथळणारे मांसाचे छोटे-छोटे तुकडे. बशीत सजवलेला तो पदार्थ असा असतो की, तो खाद्यपदार्थ आहे की आर्ट प्रोजेक्ट असा प्रश्न पडावा!

माझ्या दृष्टीनं लहान बाळाच्या आईवडिलांसाठी सर्वोत्तम खाद्यपदार्थ म्हणजे एका हातानं खाता येण्याजोगा पदार्थ. तुम्हाला अर्थातच दुसरा हात तुमच्या बाळाच्या तोंडात निरनिराळ्या गोष्टी भरवण्यासाठी रिकामा ठेवावा लागतो. मग

तुम्ही भरवलंत की, तुमचं बाळ ते थुंकून बाहेर काढतं (कुठूनतरी काहीतरी बाहेर टाकल्याशिवाय बाळाला समाधान नसतं.). खरं तर, या कामासाठी तुम्हाला दोन्ही हातांची गरज लागू शकते, त्यामुळं तुम्ही असा पदार्थ मागवायला पाहिजे, जो तुम्ही हातांची मदत न घेताच खाऊ शकाल... म्हणजे अधूनमधून बशीतच तोंड घालून लॅब्रॅडोर रीट्रिव्हर सारखं फुर्ऽ फुर्ऽ करत. तुम्हाला कशाचीच चव घ्यायला वेळच नसेल. रेस्टॉरन्टमधल्या कर्मचाऱ्यांना हे माहीत असतं, त्यामुळं ते कधीकधी नव-पालकांना 'प्रॅन्क एन्ट्रीज' देतात... गंमत म्हणून. त्यांच्या लक्षात येतंय का ते पाहायला. बोस्टन रेस्टॉरन्टमध्ये लहान बाळामुळं बावरलेला एक नव-पिता वितळलेल्या चीजनं आच्छादलेली धूळ झटकायची केरसुणी खाताना नुकताच आढळला.

निदान त्यानं काहीतरी खाल्लं! मी तर कधीकधी रेस्टॉरन्टमध्ये मुलीला कडेवर घेऊन फक्त सगळीकडं फिरलोय. आजूबाजूला असेच भटके पालक त्यांची पोरं घेऊन असायचे. अक्षरश: ते सगळं मजेशीर असायचं. अवर बिग नाइट आउट! तुम्हाला कदाचित यात काही गंमत वाटणार नाही; पण आम्हा नवजात बाळांच्या मातापित्यांना यात मजा वाटते, कारण आमचं जीवनविषयक तत्त्वज्ञान विल्यम शेक्सपिअरच्या अमर शब्दांसारखंच आहे. शेक्सपिअरनं त्याच्या पहिल्या मुलाच्या जन्मानंतर म्हटलं होतं, 'वूगमऽ वूगमऽ वूगमऽ वूगमऽऽ!'

– डेव बॅरी

प्रेम असेल, तर तसं म्हणा!

जेव्हा तुम्हाला कुणाच्या हृदयात आनंद फुलवायचा असतो आणि तो स्वत:च्याही हृदयात फुलणं अनुभवायचं असतं, तेव्हा वापरण्याचा सर्वोत्तम मार्ग म्हणजे प्रेम व्यक्त करणं.

– रूथ स्टॅफोर्ड पील

जेरीला तो बर्फिला हिवाळी दिवस विसरताच येत नव्हता. त्या दिवशी त्याचा थोरला मुलगा गंभीर अपघातातून बचावला होता. जेफनं ड्रायव्हिंगला सुरुवात केली, त्या वर्षापासूनच जेरी बेचैन झाला होता. त्यात अपघाताशी अशी डोळाभेट घडल्यामुळं त्याची चिंता अधिकच वाढली होती.

या घटनेनंतर एके दिवशी जेफनं घरातून बाहेर पडत त्याचा निरोप घेतला.

"आता जपून चालव!" जेरीनं बजावलं.

जेफ चेहरा टाकून मागं वळला आणि त्याला म्हणाला,

"तुम्ही नेहमी असं का सांगता?"

"काय सांगतो?"

"जपून चालव. मला हे तुमचा माझ्या ड्रायव्हिंगवर विश्वास नसल्यासारखं वाटतं."

"तसं नाही बाळा, तसं अजिबात नाहीय." जेरी त्याला समजावून सांगत म्हणाला, "ही माझी 'आय लव्ह यू' म्हणण्याची पद्धत आहे इतकंच!"

"वेल डॅड, तुम्हाला तुमचं माझ्यावर प्रेम आहे, असं मला सांगायचं असेल तर *तसं* म्हणा!" जेफ म्हणाला, "म्हणजे माझ्या मनात गोंधळ होणार नाही."

"पण..." जेरी म्हणाला, "तुझे मित्र तुझ्यासोबत असले तर? मी त्यांच्यासमोर तुला 'आय लव्ह यू' म्हणालो, तर तुला कदाचित अवघडल्यासारखं होईल."

"डॅड, अशा वेळी तुम्ही 'गुडबाय' म्हणताना फक्त तुमचा हात हृदयावर ठेवा. मीही तसंच करीन." जेफनं मार्ग सुचवला.

मुलाचं म्हणणं जेरीच्या काळजाला स्पर्शून गेलं. तोही प्रेम व्यक्त करण्यास त्याच्याइतकाच आतुर होता.

"यू हॅव गॉट अ डील," तो म्हणाला.

त्यानंतर काही दिवसांनी, जेफ घराबाहेर पडायच्या तयारीत होता. त्या दिवशी त्याच्यासोबत त्याचा मित्रही होता.

"डॅड, मला किल्ल्या द्याल?" त्यानं जेरीला विचारलं.

"शुअर," जेरी म्हणाला. "कुठं निघाला आहेस?"

"डाउन-टाउनमध्ये."

जेफनं किल्ल्या झेलल्या.

"जेफ," जेरी म्हणाला, "हॅव अ ग्रेट टाइम."

असं म्हणून त्यानं हळूच काळजावर हात ठेवला. जेफनंही तसंच केलं.

"शुअर डॅड," तो म्हणाला.

जेरीनं त्याच्याकडं पाहून डोळे मिचकावले.

त्याबरोबर जेफ त्याच्याजवळ येऊन कुजबुजला, "आपल्या डीलमध्ये डोळे मिचकावणं ठरलं नव्हतं."

जेरीला जरासं आश्चर्य वाटलं.

जेफ दरवाजाच्या दिशेनं गेला.

"ओके, डॅड, सी या," तो म्हणाला... आणि दरवाजा बंद करण्याआधी मागं वळून त्यानं डोळे मिचकावले.

– मिश अॅन्थनी

रात्रीतल्या घडामोडी

रात्री १०:३० वा. : मी आणि माझी पत्नी इतके प्रचंड दमलेलो असतो की, कधीतरी एखादं चुंबन वगैरे होतं. बाकी एरवी फक्त नजरानजर होते... प्रयोगशाळेत छळ झालेल्या दोन प्राण्यांसारखी. आम्ही बिछान्यात अक्षरश: कोसळतो, कधी-कधी स्टोव्हचा बर्नर तसाच चालू ठेवून.

रात्री १२:३० वा : माझा मुलगा कष्टानं बाथरूमच्या दिशेनं चालत जातो, वाटेत मांजराच्या डोळ्याला तडाखा देतो, मग बिछान्यात माझ्या बाजूला झोपायला येताना माझ्या पोटावर खालच्या बाजूला गुडघ्यानं तुडवत येतो.

रात्री १:०० वा. : बिछान्यात मध्यात अडकलेला आणि पहिलीतल्या पोराच्या तोंडाच्या वाईट वासानं गुदमरलेला मी जेमतेम जिवंत अवस्थेत बिछान्याच्या टोकाला सरकतो. ताज्या हवेच्या झोतांनी मला पुन्हा झोप लागते.

रात्री १:४५ वा. : आयव्ही लीग फूटबॉल डॉग पाइलच्या शिखरावर पोहोचण्याचंच स्वप्न पाहत असताना मला जाग येते, तेव्हा माझा मुलगा माझ्या उशीखाली शिरलेला असतो.

रात्री २:१५ वा. : माझी मुलगी एरवी कधीही माझ्या बिछान्यात येत नाही; पण आता मात्र ती मालकी हक्कानं खेकसते, "डॅडी गेट आउट, इथं किती गर्दी झालीये!" मी माझ्या पत्नीला बाजूला सरकवण्यासाठी जरासं ठोसतो; पण ती ढिम्म हलत नाही. मग मीच नाद सोडतो.

रात्री २:२५ वा. : बर्फ बाजूला करण्याच्या फावड्यानं खेळण्यांचे सात थर बाजूला केल्यानंतर मी माझ्या मुलीच्या 'बार्बी कम्फॉर्टर'मध्ये शिरतो, माझे पाय त्यातून बाहेर येत असतात, पण मी तसाच झोपतो.

रात्री २:४० वा. : मला जाग येते, ती माझ्या मुलीचा पाय माझ्या तोंडात गेल्यामुळं. मी तो बाजूला ढकलतो तेव्हा ती ओरडते, "डॅडी, गप्प बसा ना! मी झोपायचा प्रयत्न करतीय. मी तिच्या बिछान्यातून उठतो आणि थंडीनं गोठलेली पावलं स्टोव्ह बर्नरवर शेकण्यासाठी भेलकांडत स्वयंपाकघरात जातो.

रात्री २:५५ वा. : मी माझ्या मुलाच्या फेरारी बेडवर कोसळतो आणि तीन फूट खोल पाण्यात बुडी घेतो....

रात्री २:५७ वा. : मी दिवाणखान्यातल्या गोळे आलेल्या कोचावर जाऊन विसावतो. माझं डोकं खाली घरंगळत असतं. माझ्या डोळ्यांत रक्त उतरू लागतं तेव्हा माझी मनातल्या मनात कामांची यादी सुरू असते. सर्वांत पहिलं काम : मणक्याचा इलाज करून घेण्यासाठी अपॉइंटमेंट घ्यायची.

पहाटे ३:३० वा. : फोन वाजतो. माझा मेंदू एव्हाना रक्तात पोहत असतो. मी फोन घ्यायला उठतो, तेव्हा त्या अरुंद कोचावरून तोल जातो आणि मी माझ्या मुलीच्या अंगावर पडतो. ती जमिनीवर मुटकुळं करून झोपलेली असते.

"डॅडी! मी झोपायचा प्रयत्न करतीय," ती खेकसते.

मी फोनपर्यंत पोहोचण्याआधीच त्याची रिंग थांबते.

पहाटे ३.४५ वा. : मी दिवाणखान्यातल्या कोचावर धुण्याच्या कपड्यांच्या ढिगाखाली जाऊन झोपतो. पक्ष्यांची चिवचिव आणि बाहेरून जाणाऱ्या वाहनांचे आवाज मला अंगाई गाऊन झोपवत असतात.

पहाटे ५:०० वा. : मी माझ्या मुलाच्या बॅटमॅन अंडरवेअरमधून आजूबाजूला पाहातो, ती मुलं कपड्यांचा ढीग बाजूला सारत माझ्या शीणलेल्या देहापर्यंत पोहोचण्याच्या प्रयत्नात असतात.

"आम्हाला भूक लागलीय! नाश्ता बनवा!" ती गरजतात.

मी काही बोलण्याआधीच ती भोकाड पसरतात, त्यामुळं आजूबाजूची सगळी कुत्री भुंकू लागतात.

सकाळी ६ वा. : पेपर टाकणारा मुलगा प्रात:कालीन आवृत्ती माझ्या झोपाळू तोंडावर मारतो आणि मी दूधपेटीवर पडतो. माझं डोकं सिमेंटच्या पृष्ठभागावर आदळतं आणि अखेर मला झोप मिळते.

तुम्हाला मी हे खोटं सांगतोय असं वाटतंय ना?

– केन स्वार्नर

गमतीदार भेटवस्तू

व्यक्ती ही व्यक्तीच असते, मग ती किती का लहान असेना.
– थिओडोर गिझेल (डॉ. सीस)

ख्रिसमसच्या त्या सकाळी भेटवस्तू उघडून पाहण्याची आमची पाळी होती. मुलांना जवळजवळ महिनाभर हा गुप्त खजिना उघडून पाहण्याचं कुतूहल सतावत होतंच, त्यामुळं त्यांच्या आतुर हल्ल्यात भेटवस्तूंच्या वेष्टनांच्या फाटक्या कागदांनी दिवाणखाना भरून गेला होता. आता आम्ही मोठी माणसं आमच्या भेटवस्तूंवरचे वेष्टनाचे कागद हळुवारपणे दूर करताना आमच्यातलं मूलपण रोखून धरत, एकमेकांसमोर स्वत:चा आब राखत होतो.

माझी पत्नी ब्रेन्डा आणि तिच्या कुटुंबात एकमेकांना गंमतीदार भेटवस्तू देण्याची प्रथा आहे. त्यामुळं ख्रिसमसला किंवा माझ्या वाढदिवशी मला जरासं अवघडल्यासारखं होतं. कारण भेटवस्तूला आच्छादलेल्या जाड कागदांमधून अडचणीत आणण्याजोगं काय प्रकटेल याचा नेम नसतो.

त्या वेळी माझी सहा वर्षांची मुलगी ख्रिस्टी माझ्यासमोरच उभी होती. त्या क्षणाचा थरार तिच्या चेहऱ्यावर झळकत होता. मी भेटवस्तूंवरची वेष्टनं दूर करेपर्यंत तिला दम निघत नव्हता. अखेर मी शेवटच्या भेटवस्तूंशी आलो. माझ्यातल्या स्वाभाविक शेरलॉक होम्स क्षमतेनं मी तर्क लढवला की, आता गंमतीदार भेटवस्तू हीच असणार. कारण तशी भेटवस्तू असेल का, हा प्रश्नच उद्भवत नव्हता. तुम्ही त्या भेटवस्तूशी कधी येता एवढाच फक्त प्रश्न होता, त्यामुळं सर्वांच्या नजरा झेलत मी ते उघडून पाहायचं ठरवलं... हसू दे त्यांना... असं म्हणून मी त्यावरचा कागद टरकावला. आणि माझा अंदाज बरोबर ठरला... त्यामध्ये खेळण्यातलं विमान होतं... दोन इंच लांबीचं! सुट्टीसाठी आमच्याकडं आलेले पाहुणे ते पाहून खिदळू लागले. मी चेहऱ्यावर स्मित धारण करून पत्नीकडं पाहात एकदम तडकून म्हणालो,

"खेळण्यातलं विमान... गिव्ह मी अ ब्रेक!"

त्यावर ब्रॅन्डानं माझ्याकडं अशा नजरेनं पाहिलं! जसं काय मी माझं पाऊल तोंडात घातलंय आणि आता ते सगळंच्या सगळं चावून-चघळून खाण्याच्या मागं आहे, अशा नजरेनं ती नेहमीच पाहात असते.

मला ती भेटवस्तू उघडण्याआधी ती कुणाकडून आलीय, ते नाव पाहता आलं नव्हतं. मी जमिनीवरचा कागद उचलून त्यावरच्या नावाच्या चिठ्ठीवरचं नाव वाचलं आणि मला फार निराश वाटलं. नावाच्या चिठ्ठीवर मोठ्या-मोठ्या अक्षरांत लिहिलं होतं, "टू डॅड, लव्ह ख्रिस्टी."

मला त्या क्षणी जितकं उदास वाटलं, तितकं आयुष्यात कधीच वाटलं नव्हतं. मघाशी आनंदानं फुललेल्या तिच्या चेहऱ्यावर शरम आणि अपमान दाटला होता. ते पाहाणं हा माझ्या आयुष्यातला एक अतिशय वेदनादायी अनुभव होता. तिच्याकडून आलेल्या भेटवस्तूची तिच्या वडिलांना इतकी चीड आलीय, ही गोष्ट कुणालाही कळू नये, असे भयभीत भाव तिच्या नजरेत होते.

त्या गोड मुलीनं स्वत:कडचे पैसे स्वत:वर खर्च न करता, त्या पैशांतून डॅडींसाठी ख्रिसमस भेट आणली होती आणि ती फक्त भेटवस्तू नव्हती. मला कॉम्प्युटर व्हीडिओ फ्लाइट सिम्युलेटर गेम्स खेळताना पाहून मला विमानाचं किती आकर्षण आहे, ते तिला कळलं होतं.

मी झटकन खाली वाकलो आणि तिला बाहुपाशात घेत तिला घट्ट-घट्ट मिठी मारली. माझे शब्द परत घेण्यासाठी माझी काहीही करायची तयारी होती. "मला वाटलं हे मॉमनं दिलंय," असं स्पष्टीकरण देण्याचा मी दुबळा प्रयत्न केला; पण आता ते तिनं दिलंय, हे मला कळलं होतं. त्यामुळं त्याला वेगळंच वळण मिळालं होतं. आता मी काहीही सांगितलं तरी तिच्या इवल्याशा मनाचं दुखावलेपण कमी होणार नव्हतं. मी जे सांगतोय ते खरंच मनापासून सांगतोय, हे मला सिद्ध करावं लागणार होतं.

आणि मी ते केलंही. मी ते विमान हातात घेतलं आणि विमानांचे आवाज काढायला सुरुवात केली. मी ते धावपट्टीवर पळवलं... अर्थात काउंटरवर. मग पूर्ण क्षमतेनिशी भरारी घेत माझं विमान हवेत स्थिरावलं.

माझं ध्येय होतं, माझ्या चिमुरडच्या चेहऱ्यावरची वेदना पुसून टाकण्याचं... तिच्या चेहऱ्यावरच्या त्या वेदनेला मी कारणीभूत होतो... तिच्या चेहऱ्यावर हास्य पुन्हा परत येईपर्यंत मी प्रयत्न करत राहणार होतो.

मी संपूर्ण दिवसभर ते विमान घेऊन खेळत होतो. त्या विमानात मी इतका थरार भरला होता की बाकीची लहान मुलं त्यांची ख्रिसमसनिमित्त मिळालेली नवी खेळणी सोडून माझ्या विमानाच्या मागं लागली होती. त्यांना माझ्या दोन इंची इवल्याशा

विमानाशी आळीपाळीनं खेळायचं होतं. आणि मी एखाद्या स्वार्थी छोट्या पोरासारखं म्हणत होते, ''नाई... माजं आहे हे!''

लवकरच ख्रिस्टीच्या चेहऱ्यावर स्मित पुन्हा परत आलं; पण मी तेवढ्यावरच थांबलो नाही. ते इवलंसं विमान माझ्यादृष्टीनं मौल्यवान खजिना बनलं होतं आणि अजूनही आहे... अजूनही ते दोन इंची विमान माझ्याजवळ जपून आहे.

मी ते विमान जपून ठेवलंय, कारण ते माझ्या चिमुरड्या मुलीकडून मला अतिशय मनापासूनच्या प्रेमानं मिळालं आहे. शिवाय ते मला शब्दांच्या सामर्थ्याचं स्मरणही देतं.

– जॉर्ज पार्लर

माझ्या नातवासाठी

आनुवंशिकतेवरील तुमचा विश्वास कायम राखण्यासाठी नातवंडं असण्यासारखं दुसरं साधन नाही.

– डग लार्सन

एका रविवारी मी चर्चमध्ये एक कथा ऐकली. सैनिकांच्या हल्ल्यात घराबाहेर हुसकून लावलेल्या पौर्वात्य युरोपियन निर्वासितांची ती कथा होती. युद्धाच्या धडकी भरवणाऱ्या भयापासून मुक्त होण्यासाठी त्यांच्या खेड्याभोवती असलेल्या पर्वतरांगांत आश्रय घेणं, एवढा एकच सुटकेचा मार्ग त्यांच्यासमोर होता. खिंड ओलांडून जाता आलं, तर आपण शेजारच्या तटस्थ देशात सुरक्षित आसरा शोधू शकू, याची त्यांना खातरी असते. त्यांच्यापैकी एका आजोबांना बरं नसतं. पूर्वी ते पर्वतारोहण करत असत; पण आता तो काळ मागं पडला होता.

"मला इथंच सोडून जा," ते विनवणी करत होतो, "सैनिक माझ्यासारख्या म्हाताऱ्या माणसाला त्रास देणार नाहीत."

"देतील, ते तुम्हाला त्रास देतील." त्यांचा मुलगा म्हणाला.

"तुम्हाला इथं सोडून जाणं म्हणजे, तुमची कबर बांधण्यासारखं आहे."

"आजोबा, आम्ही तुम्हाला इथंच सोडून नाही जाणार," मुलगी म्हणाली, "तुम्ही आला नाहीत, तर आम्हीही नाही जाणार."

अखेर तो म्हातारा माणूस त्यांच्याबरोबर जायला तयार झाला आणि त्या मुलीच्या वर्षभराच्या बाळासह त्याच्या कुटुंबातले विविध वयोगटातले दहा जण अंधार पडल्यानंतर निळ्या-सावळ्या पर्वतरांगाच्या दिशेनं निघाले. ते सर्व जण त्या बाळाला आलटून-पालटून कडेवर घेत मूकपणे मार्गक्रमण करत होते. खिंडीकडं जाणारा खडा चढ पार करताना त्या बाळाला कडेवर घेऊन वाटचाल करणं आणखीनच कष्टप्रद होतं.

अशी बरेच तास पायपीट केल्यानंतर आजोबा एका खडकावर मान लटकावून बसले.

''तुमचे तुम्ही जा,'' ते क्षीण आवाजात म्हणाले, ''मला नाही जमणार.'' ''जमेल, तुम्हाला नक्की जमेल,'' त्यांचा मुलगा आर्जवानं म्हणाला, ''तुम्हाला जमवावंच लागेल.''

''नको,'' आजोबा म्हणाले, ''तुम्ही मला इथंच सोडून जा.''

''कम ऑन,'' मुलगा म्हणाला, ''आम्हाला तुमची गरज आहे... बाळाला कडेवर घ्यायची पाळी आता तुमची आहे.''

त्या वृद्ध माणसानं वर पाहिलं. सगळ्यांचेच चेहरे कंटाळलेले दिसत होते. त्याचं लक्ष दुलईत गुंडाळलेल्या छोटीकडं गेलं. त्यांच्या तेरा वर्षांच्या नातवाच्या हडकुळ्या हातांत ते बाळ विसावलं होतं.

''होय, अर्थातच.'' तो वृद्ध म्हणाला. ''आता माझी पाळी आहे. द्या, तिला माझ्याकडं द्या,'' असं म्हणून त्यानं त्या बाळाला कडेवर घेतलं आणि तिच्या इवल्याशा, निरागस चेहऱ्याकडं पाहिलं. अकस्मात त्याला अंगात बळ आल्यासारखं वाटलं आणि जिथं युद्धाच्या खुणा नसतील अशा प्रदेशांत आपल्या कुटुंबाला सुरक्षित आसरा मिळावा, ही प्रबळ इच्छा त्याच्या मनात जागली.

''कम ऑन,'' त्याच्या स्वरात निश्चयाची धार होती,

''चला जाऊ या. मी आता ठीक आहे. मला थोडी विश्रांतीची आवश्यकता होती. आपण निघू या.''

मग आजोबांनी छोटीला कडेवर घेतलं आणि ते सर्व जण पुन्हा पर्वत चढू लागले.

त्या रात्री ते कुटुंब सुरक्षितस्थळी पोहोचलं. या दीर्घ प्रवासाला सुरुवात करणारे सर्वच जण पर्वत पार करून गेले... आजोबासुद्धा.

– फ्लॉईड विकमन व टेरी जॉडिन

नशीब हार्डबॉल फेकतं तेव्हा...

तुम्ही भावनांवर ताबा मिळवा, नाहीतर त्या तुमच्यावर मिळवतील.

– लॉरेट्टा यंग

सन १९५५. मी नऊ वर्षांचा होतो तेव्हाची गोष्ट आहे. कोलंबस, ओहियोमधल्या आमच्या घराजवळच्या गल्लीत मी फिल्डरच्या नव्या हातमोजात फटकेबाजीसाठी सज्ज होतो आणि माझे वडील वीस यार्डांवर हातमोजे न घालता मोकळ्या हातांनी सावध पवित्र्यात उभे होते.

"बर्न इट इन देअर! हाण जोरात! मला नाही लागणार."

मला त्याची भीती वाटत होती. मी तोंडातली गोळी गिळली.

"जोरात!" ते सांगत होते. त्यांना हवा तसा फटका मारला नसता, तर त्यांनी माझा उद्धार केला असता,

"यू पॅन्टीवेस्ट!"

मी अगदी मुठी आवळून माझ्या लक्ष्याचा अभ्यास केला, माझ्या नजरेत तीव्र भाव होते... आणि मी फटका लगावला, त्यात ताकदीपेक्षा संताप अधिक होता, संयमनापेक्षा शरमल्याची भावना जास्त होती. माझ्या फटक्यानं चेंडू त्यांच्या तळव्यांत जाऊन न पडता तो थेट त्यांच्या डोळ्यांना जाऊन लागला; पण त्यांनी काहीच न झाल्यासारखं थंडपणे माझ्याकडं चेंडू पुन्हा टाकत सांगितलं,

"हा बरा होता. आता थोडा खाली मार."

माझ्या वडिलांच्या दृष्टीनं मी बेसबॉल खेळायला शिकलो, ते अत्यंत पराकाष्ठेनं. मी या खेळात स्वत:ला झोकून दिलं आणि पाच हाडं मोडून घेतली. वयाच्या छत्तीसाव्या वर्षीसुद्धा इमर्जन्सी रूममध्ये डॉक्टर आणखी एकदा माझे एक्स रे छद्मी चेहऱ्यानं पाहत आहेत, हे दृश्य मी पाहिलं आहे. मी अजूनही डॅडींवर छाप पाडण्याच्या प्रयत्नात कोलंबसमधल्या त्या गल्लीतच होतो.

फार थोड्या मुलांना त्यांच्या वडिलांना खऱ्या अर्थानं समजून घेता येतं. आम्ही आईवडिलांच्या अपेक्षांच्या उधाणलेल्या लाटांखाली धडपडत असतो, स्वत:विषयीच्या साशंकतेत गुदमरत असतो, आम्हाला आमचं कौतुक व्हावं असं वाटत असतं. लहानपणी आम्हाला टीकांच्या जहरी दंशाच्या कल्पनेत सूड घ्यायचा असतो. आम्ही कल्पनाचित्र रंगवत असतो... आम्हाला आमचं कौतुक असणारे वडील लाभले आहे. आम्ही शौर्याची कृत्यं केल्याचं दिवास्वप्न पहात असतो. मात्र वडील त्यांच्या मुलांना जितके अनाकलनीय वाटतात तसं असण्याची त्यांची इच्छा नसते. माझ्या वडिलांचे वडील खाण कामगार होते. त्यांची जडणघडण अनिश्चिततेच्या सावटाखाली झाली होती.

मी सोळा वर्षांचा झालो तेव्हा ती वेळ आलीच. मी जेवणाच्या टेबलाशी बसलो असताना काहीतरी आचरट शेरेबाजी केली, त्यामुळं ते भडकले आणि त्यांनी मला मारलं; मग त्यांची प्रकरण बाहेरच्या बाहेर मिटवण्याची धाडसी वृत्ती प्रकटली. त्यानं 'पॅन्टीवेस्ट' हा टोमणा पुन्हा एकदा मारला; पण या खेपेला मी त्यांच्याकडं रागानं पाहिलं नाही, तर कीवयुक्त नजरेनं पाहिलं. त्यांनी रागाचा सामना केला असता, पण कीव... मुळीच नाही.

त्यानंतर डॅडनी माझं वयात येणं कुरकुरत का होईना, स्वीकारलं; पण त्यानंतर दोन वर्षांनी मी हायस्कूलमधून ग्रॅज्युएट झालो आणि नौदलात प्रवेश करणार होतो, तेव्हा मला आणि डॅडना – आम्हा दोघांनाही – खऱ्या व काल्पनिक बाबींतून मुक्त होताना, परस्परांना मुक्त करताना फार अवघडल्यासारखं झालं होतं. १९६८ सालच्या शरदऋतूत एका दुपारी आम्ही दोघं शिकारीला बाहेर पडलो होतो, तेव्हा आमच्यात शांतता प्रस्थापित करण्याचा प्रयत्न केला होता, तो प्रसंग आजही माझ्या मनावर ओरखडा उठवतो. खरं तर आम्ही एकमेकांचा निरोपच घेत होतो. मी व्हिएतनामला चाललो होतो. त्या दिवशी ते काहीतरी सांगायचा प्रयत्न करत होते.

ऑक्टोबर महिन्यातल्या त्या सायंकाळी आम्ही मावळतीच्या उजेडात वनराईत बसलो होतो. ताण असह्य झाला होता. जेव्हा तो आवाक्याबाहेर निघाला तेव्हा आम्ही कारच्या दिशेनं परत आलो आणि घरी निघालो. थोडा वेळ कुणीच काही बोललं नाही. मग पुढच्या कारच्या बंपरकडं बघत, व्हीलवर पकड मजबूत करत ते कसेबसे म्हणाले,

"मला तुझा अभिमान वाटतो, ही गोष्ट मला तुला सांगायची आहे... आणि कायमच वाटत आला आहे. मी तुझी जागा घेऊ शकलो, तर नक्की घेईन. आय विल मिस यू."

ते किती मनापासून बोलत होते ते तेव्हा मला कळलं नव्हतं. पुढं बऱ्याच वर्षांनी एका मित्रानं एक किस्सा सांगितला तेव्हा मला ते जाणवलं.

मी घरापासून दूर होतो तेव्हा एका खानावळीत हा प्रकार घडला.

"तुझे वडील 'पूल' खेळत होते," मित्र म्हणाला, "आणि कुणीतरी एक बडबड्या माणूस चांगला धिप्पाड, मजबूत बांध्याचा व्हिएतनामबद्दल बोलत होता. त्याचा तुझ्याच वयाचा मुलगा कॉलेजमध्ये होता. बोलता बोलता तो माणूस म्हणाला,

"तुम्ही अधिक हुशार पोरं घरी ठेवायला पाहिजेत, म्हणजे ती देश चालवू शकतील."

त्यावर तुझे डॅड पूल टेबल ओलांडून पुढं आले. मला त्यांना अडवताही आलं नाही. ते त्या माणसाच्या निम्म्या आकारमानाचे असूनही त्यांनी त्या माणसाच्या गळ्यात पूल खेळायची काठी रुतवून त्याला शफलबोर्ड मशीनवर जखडून ठेवलं. तुझ्या डॅडना आम्ही चार जणांनी आवरलं आणि त्यांना बाजूला केलं.

"तू गेलास त्या वर्षी," तो पुढं म्हणाला, "लष्करी गाडी रस्त्यावर दिसली की, दर खेपेला ते तीळ-तीळ मरत होते."

मी कदाचित परत येणार नाही, याची त्यांना वाटणारी भीती त्यांनी कायम माझ्यापासून लपवली होती. मी नौदलात करिअर करायला सोडून द्यायचं ठरवलं, तेव्हा ते नैराश्यानं गप्प बसले होते. मला गणवेशात पाहण्यात त्यांना इतका अभिमान का वाटत होता, ते मला अगदी आत्ता आत्ता कळलं.

या वर्षाच्या सुरुवातीला माझ्या एका चुलतबहिणीनं मला एक पत्र दिलं. हे पत्र डॅडनी तिच्या वडिलांना सुमारे पन्नास वर्षांपूर्वी लिहिलं होतं, त्यांची नौदलात निवड झाल्यानंतर काही दिवसांतच त्यांनी कॉर्पस ख्रिस्ती टेक्सासमधल्या 'नेवल एअर स्टेशन'वरून लिहिलेल्या लांबलचक दुपानी पत्रात त्यांनी नौदल पायलट होण्याची व याच क्षेत्रात करिअर करण्याची इछा व्यक्त केली होती.

"आम्ही हवं तेव्हा पायलटससोबत जाऊ शकतो," त्यांनी त्या पत्रात अभिमानानं लिहिलं होतं.

"आम्ही उपसागरात पोहत येतो आणि सीप्लेन्सना चाकं बसवतो. मग त्यांना किनाऱ्यावरच्या ट्रॅक्टरला बांधतो आणि त्यांना धावपट्टीपर्यंत ओढत आणतो आणि मग त्यांच्यावरचं खारट पाणी धुवून काढतो. इंजिनाचं तेलपाणी बघतो."

त्यापुढच्या परिच्छेदात त्यांनी त्यांच्या लष्करी करिअरच्या ध्येयाबद्दल सविस्तर लिहिलं होतं.

ते एकोणीस वर्षांचे सडेफटिंग होते. त्यांच्या वडिलांना घरच्या परिस्थितीमुळं शाळा सोडून वयाच्या अवघ्या तेराव्या वर्षी कोळशाच्या खाणीत काम करायला लागलं होतं. त्यामुळं डॅडींना वाटत होतं की, नौदलात आपल्याला आपल्या वडिलांपेक्षा अधिक चांगलं भविष्य घडवता येईल.

मात्र त्यांनी हे पत्र पाठवल्यानंतर काही काळातच त्यांना 'फ्लाइट ट्रेनिंग'साठी नाकारण्यात आलं. मग त्यांनी 'सबमरीन स्कूल'साठी अर्ज केला, तिथं त्यांना प्रवेशही मिळाला; पण तिथल्या कसून वैद्यकीय तपासणीत त्यांच्या हृदयाच्या ठोक्यांची समस्या असल्याचं निदान झालं आणि त्यांना परतीचं रेल्वेचं तिकीट देण्यात आलं.

त्या पत्रातून खूप काही स्पष्ट झालं होतं. माझ्या वडिलांनी नौदलात जाण्यासाठी ओहियो सोडलं, तेव्हा त्यांचा परत येण्याचा मुळीच विचार नव्हता. हे त्यांचं स्वप्न नव्हतं; पण अखेर दैवानं त्यांच्या नशिबात तीस वर्षं कचऱ्याचे ट्रक दुरुस्त करण्याचं आणि सहा पोरांचा संसार सांभाळण्यासाठी खस्ता काढण्याचं काम लिहिलं होतं. त्यांच्या स्वप्नांची अशी राख झाल्यामुळं त्यांच्यात कडवटपणा आला होता. त्यांच्या अशा कठोर टीकेमागं त्यांचा आम्हाला आयुष्यातील अशा तडाख्यांना तोंड देण्यासाठी खंबीर करण्याचा प्रयत्न असायचा. ते पत्र मिटून ठेवताना माझ्या मनात आलं, 'पॅन्टीवेस्ट'चा उगम इथं आहे तर!

ते गेले तेव्हा मी परगावी गेलो होतो. त्यांच्या शेजाऱ्यानं मला फोन करून सांगितलं की, त्यांना हृदयविकाराचा तीव्र झटका आला होता आणि तुमच्या आईनं तुम्हाला ताबडतोब घरी यायला सांगितलं आहे. त्यानंतर मी फोन मांडीवर घेऊन कितीतरी वेळ स्तब्ध बसलो होतो.

दुसऱ्या दिवशी सकाळी ओहियोला जाताना, मला तेवीस वर्षांपूर्वीचा आमचा खेळ आठवत होता. ते माझ्या घशात जेवढा मोठा आवंढा आणायचे तेवढं मोठं टेंगूळ त्यांच्या डोक्यावर आणावं असं मला तेव्हा वाटायचं.

दोन माणसं एकमेकांवर इतकं खोलवर मनापासून, प्रेम करतात, तेव्हा ती एकमेकांपासून ते लपवण्यासाठी असे आडवळणाचे, पोरकट मार्ग का शोधतात? मला त्यांच्याबद्दल किती वाटतं ते त्यांना जाण्याआधी कळायला हवं होतं, असं मला वाटतं.

– माईक हार्डन

'ईअर ऑफ फर्स्टस'

सर्वप्रथम ते आपले पिता असतात आणि आपण त्यांच्यासमवेत जी जादू अनुभवतो – मग ती आपल्या आयुष्याच्या अगदी प्रारंभीच्या वर्षात अगदी थोडा काळ का असेना – तिचा आपल्या उर्वरित आयुष्यावर सखोल परिणाम घडतो.

– सायरा मॅकफॅडन

मी त्याला 'ईअर ऑफ फर्स्टस' म्हणतो. तुमच्या प्रेमाची कुणी व्यक्ती तुम्हाला कायमचं सोडून जाते, तेव्हा त्यांच्या वियोगाचं पहिलं वर्ष, सुट्ट्या, वाढदिवस अथवा खास प्रसंगांच्या आठवणीचं ठरतं.

माझे पॉप चार्ल्स पर्क्स ६ जुलै १९९८ रोजी निवर्तले. त्यानंतर दोन आठवड्यांच्या आत मी माझा अठ्ठेचाळिसावा वाढदिवस साजरा केला... त्यांच्याविना. 'ईअर ऑफ फर्स्टस' सुरू झालं होतं.

त्यांचा वाढदिवस, ख्रिसमस, नववर्षांच्या स्वागताची सायंकाळ अशा सगळ्या प्रसंगी फार त्रास झालाच, तसंच रविवारची डिनर्स, पिकनिक्स, बागेतल्या सहली या साऱ्यांनीसुद्धा ते आम्हाला कायमचे सोडून गेल्याची यातनादायी आठवण दिली.

व्यावसायिक 'इन्स्पिरेशनल स्पीकर' म्हणून काम करत असताना मी नेहमी माझ्या वडिलांच्या कथा सांगायचो; पण त्यांना ते माहीत नव्हतं. आता मी अशी कथा सांगायचो तेव्हा मला वाटायचं की, ते पहिल्यांदाच हे सगळं पाहत आहेत, ऐकत आहेत आणि आता घरी गेल्यावर आपली काही खैर नाही, असा विचार मनात यायचा. मात्र मी घरी पोहोचल्यावर त्यांची 'मी सुखरूप पोहोचलो आहे ना, याची खातरी करायला फोन आला नाही की, मला फार चुकल्या-चुकल्यासारखं वाटायचं.

''मी परमेश्वराला तुझं रक्षण करायला सांगितलं होतं.'' ते म्हणायचे.

''पॉप, त्यानं माझं रक्षण केलं,'' मी सांगायचो.

त्यांच्या निधनानंतरच्या पहिल्या वर्षात मला सगळ्यात त्रास झाला, तो 'फादर्स डे'ला. गेल्या कित्येक वर्षांत पॉपसाठी सुयोग्य भेटवस्तू शोधणं, ही गोष्ट जवळपास अशक्य सदरात गेली होती. आम्ही बरेचदा त्यांना 'गिफ्ट सर्टिफिकेट' देऊन हा प्रश्न सोडवायचो. कुणालाही देण्याजोगी भेटवस्तू! पण ते देणं बरं नाही वाटायचं, त्यामध्ये कल्पकतेचा अभाव आहे, असं वाटायचं आणि प्रेमाच्या ओलाव्याचाही.

त्यांना या वर्षी काय द्यावं? त्यांच्या कबरीवर फुलं अर्पण करणं, हा अगदीच थंड आणि निरर्थक प्रकार वाटत होता. त्यांचे शब्द माझ्या कानावर पडत होते. ते मला अशा प्रकारे पैसे उधळू नकोस. असं सांगत होते. आणि मग अकस्मात माझ्या मनात एक कल्पना चमकली... द परफेक्ट गिफ्ट!

'फादर्स डे'ला मी सकाळी लवकर दफनभूमीत पोहोचलो. हा क्षण आपल्यासाठी अतिशय यातनादायी ठरणार आहे, हे मला माहीत होतं. तिथं आपल्या प्रियजनांच्या कबरीला भेट द्यायला शेकडो लोक आले होते. आधी मी माझ्या कारमध्ये बसून फक्त त्यांच्याकडं पाहात होतो. काहींना गुडघ्यांवर टेकून प्रार्थना करताना अश्रूंचा बांध फुटत होता, काही जण गाडीतून येत होते, कबरीवर रोवलेल्या उभ्या दगडाशी फुलं अर्पण करून, जराही पाय न अडखळता माघारी फिरत होते.

मी माझ्या पॉपच्या कबरीजवळच कार थांबवली होती. मी त्यांच्या सहवासातला चांगला काळ आठवून रडत होतो. मग मी आधी ठरवल्याप्रमाणं, कारमधून बाहेर पडलो आणि दार तसंच उघडं ठेवलं. मग मी नुकतीच व्यावसायिक स्टुडिओमधून ध्वनिमुद्रित करून आणलेली सीडी लावली. त्यांना माझ्या या कामगिरीचा नक्की अभिमान वाटला असता. पॉप त्यांच्या तरुणपणाच्या काळात गायचे. ही देणगी मला त्यांच्याकडूनच मिळाली होती. मी सादरीकरणादरम्यान बरेचदा गायचो; पण पॉपनी मात्र १९७२ साली मॉम कर्करोगानं वारली, तेव्हापासून गाणं सोडलं होतं.

कारमधून गीताचे स्वर येऊ लागले तसा मी त्यांच्या कबरीजवळ येऊन उभा राहिलो. मी त्यांचं आवडतं गाणं... 'डॅनी बॉय'... अतिशय मनापासून गायलो होतो. पॉपना हे गाणं ऐकलं की, माझ्या भावाची टॉमची आठवण व्हायची. त्यांनी टॉमसाठी 'ओह, टॉमी बॉय' असं गाणंसुद्धा लिहून ठेवलं होतं. मला ते हस्तलिखित त्यांच्या सामानसुमानात सापडलं होतं. त्यांच्या अंत्यविधीच्या वेळी मी 'सरप्राईज' म्हणून ते वाचून दाखवलं होतं; पण आज मी गायलो होतो ते पॉपसाठी....

''अॅन्ड आय शॅल हिअर थ्रू सॉफ्ट यू टेड अबव्ह मी....''

अखेर त्यांना माझं गाणं ऐकायला मिळालं होतं.

"फॉर यू विल बेन्ड अॅन्ड टेल मी दॅट यू लव्ह मी...."

माझ्या चेहऱ्यावरून अश्रूधारा ओघळत होत्या.

"आय लव्ह यू, पॉप. हॅपी फादर्स डे," मी म्हणालो. मला पुढं बोलताच येईना. मी कारमध्ये येऊन बसलो आणि गर्दीत हरवलेल्या मुलासारखा ढसाढसा रडलो.

६ जुलै १९९९चा तो दिवस होता. माझं 'ईअर ऑफ फर्स्टस' संपलं; पण माझ्या मनात त्यांच्याबद्दलचं प्रेम सदैव टवटवीत राहील.

– बॉब पर्क्स

माझे वडील... माझे 'हिरो'

मला बालपणी वडिलांच्या सुरक्षित कवचाइतकी दुसऱ्या कोणत्याही गोष्टीची गरज भासल्याचं आठवत नाही.

– सिग्मंड फ्रेड

माझे वडील अतिशय प्रामाणिक सद्गृहस्थ होते. वाद, भांडण सोडवण्यात त्यांचा विलक्षण हातखंडा होता. अतिशय सुज्ञ, समंजस माणूस. काहीतरी महत्त्वाचं सांगायचं असेल, तेव्हाच बोलणाऱ्या जातकुळीतले. माझ्या मनातली त्यांची प्रतिमा तरी अशी आहे. त्यांचं मौन हेच त्यांचं सामर्थ्य होतं. आपण सामर्थ्यवान आहोत, हे त्यांना कधी कुणाला सांगावं लागलं नाही, ते दिसायचंच.

पण मी किशोरवयीन होतो तेव्हाची एक आठवण आहे. माझं भावाशी भांडण, मारामारी सुरू झाली की, ते एक शब्दही न बोलता आमचं ते युद्ध टेनिसचा सामना पाहावा तसं मान इकडून तिकडं हलवत पाहात असत. त्यांच्या चेहऱ्यावर छद्मी हास्याची किंचितशी छटा असे. मला त्यांचा तो दुबळेपणा वाटत असे.

अशा वेळी ते फक्त एवढंच म्हणत असत की, 'तुम्ही आपली भांडणं आपली आपण सोडवायला शिकलं पाहिजे.' हा मला त्यांचा वेडगळपणा वाटत असे.

ते काही का करत नाहीत? त्यांना मला मदत करता येत नाही का? त्यांना काय अडचण आहे? ते माझे वडील आहेत, त्यांनी कंटाळवाणी घिसीपिटी वचनं सांगणं सोडून, काहीतरी केलं पाहिजे, असं वाटायचं.

पण त्यांनी कधी मौन सोडलं नाही. बरीच वर्षं माझं त्यांच्याबद्दल हेच मत होतं. ते सामर्थ्यवान आहेत, याचा पुरावा माहीत असूनही का कोण जाणे, पण ते दुबळे आहेत, असं माझं मत होतं.

अलीकडंच माझ्या मोठ्या भावानं – मिशनं – मला एक कहाणी सांगितली. ती ऐकून माझे डोळे उघडले. बालपणीचं माझं मत पूर्ण बदललं आणि हटवादी

किशोरवयीन असताना मी जे लक्षात घेतलं नव्हतं, ते मला कळून चुकलं : माझे वडील 'हिरो' होते.

माझ्या वडिलांनी मिशला आणि त्यांच्या बऱ्याच मित्रांना 'गोल्डन ग्लव्ह बॉक्सिंग मॅच'ला नेलं होतं. चौदा वर्षांच्या मिशच्या दृष्टीनं हे सगळं रोमांचक होतं. प्रत्येक सामना सुरू होण्याआधी तो गर्दीतले लोक बघत होता... काळे, गोरे, स्पॅनिश, पोर्तुगीज, आशियायी; पण एकदा का सामना सुरू झाला की, त्याचं सगळं लक्ष मैदानात खिळायचं. बाहेर स्टँडमध्ये उद्भवणाऱ्या हाणामाऱ्यांनीही त्याचं लक्षं विचलित होत नव्हतं.

सामने संपल्यानंतर डॅड, मिश आणि त्याचे मित्र पार्किंग गॅरेजमधल्या कारमध्ये बसले. सगळ्या मुलांनी डॅडना आइस्क्रीम मागितलं, पण त्यांनी करारीपणे नकार दिला.

"नो, इटस अ स्कूल-नाइट," ते म्हणाले.

पार्किंगमधून त्यांनी गाडी बाहेर काढण्याचा प्रयत्न केला, पण तिथं लोकांच्या अंदाधुंद मारामाऱ्या सुरू झाल्यामुळं त्यांना गाडी बाहेर काढता येईना. 'अंदाधुंद' म्हणायचं कारण असं की, कोण कुणाच्या बाजूनं लढतंय हे बहुधा त्यांचं त्यांनाही कळत नव्हतं. कृष्णवर्णीय माणसं कृष्णवर्णीयांनाच मारत होती; गोरे गोऱ्यांशी लढत होते, स्पॅनिश, पोर्तुगीज माणसं त्यांच्याच लोकांना ठोकून काढत होती. त्या गदारोळात सापडलेल्या कुणालाही ठोशांचा प्रसाद मिळत होता. दुसऱ्या दिवशी वर्तमानपत्रांनी या घटनेचं 'वांशिक दंगल' असं वर्णन केलं, पण जे तिथं हजर होते त्यांना माहीत होतं की, या मारामाऱ्या सर्वांसाठी खुल्या होत्या : बॉक्सिंग मॅचेस पाहून जोर चढलेल्या बऱ्याच जणांना कुणाला तरी ठोकून काढावंसं वाटत होतं... कुणालाही.

माझे वडील आणि भाऊ दोघंही कारच्या पुढच्या सीटवर बसले होते. त्यांना पुन्हा प्रेक्षक व्हावं लागलं. मिशच्या बाजूच्या खिडकीबाहेर बरेच लोक मारामाऱ्या करत होते, कारवर पडत होते. मिशेल 'आ' वासून ते दृश्य पाहात होता. तितक्यात त्यातल्या एका माणसानं खाटकाच्या कोयत्याइतकं मोठंच्या मोठं पातं काढलं. मिशच्या बाजूच्या खिडकीवर टेकलेल्या माणसाच्या दिशेनं तो ते पातं परजत येऊ लागला.

मिशनं आधारासाठी डॅडींच्या दिशेनं पाहिलं; पण त्यांची सीट रिकामी दिसली. कार लॉक करून डॅडी बाहेर गेले होते. ते थेट त्या सुराधारी माणसाच्या दिशेनं गेले आणि त्याच्याजवळ जाऊन त्याच्या नजरेला नजर भिडवत ते ओरडत होते, पण अगदी संयमानं.

"तो चाकू फेका आधी, तुमच्या कारमध्ये बसा आणि कुणालातरी इजा

होण्याआधी इथून बाहेर पडा.''

त्या माणसाच्या चेहऱ्यावर धक्का बसल्याचे भाव होते; पण त्यानं डॅडींच्या सांगण्यानुसार केलं. मग डॅड बाकीच्या गर्दीकडं पाहून जरबेच्या स्वरात म्हणाले,

''ऑल राइट, ब्रेक थिस अप! सगळे जण आपापल्या गाडीत बसा आणि घरी जा.''

त्या सगळ्या गलक्यात त्यांचा आवाज शांत, ऋजू होता.

आणि आश्चर्य म्हणजे मारामाऱ्या थांबल्या. सगळी माणसं आपापल्या गाड्याकडं वळली, फक्त एक माणूस तेवढा तिथंच थांबला होता. मग डॅड त्याच्याकडं वळले. डॅड त्या संतप्त माणसापेक्षा उंचीनं सहा इंच कमी आणि वजनानं पन्नास पौंड कमी, पण ते जराही मागं सरकले नाहीत.

ते त्याच्या नजरेला नजर भिडवत पुन्हा म्हणाले,

''मारामाऱ्या थांबवा म्हणून सांगितलं ना, आता गाडीत बसा आणि इथून निघा.''

तो माणूस माझ्या वडिलांच्या दिशेनं येऊ लागला.

त्यावर डॅड अगदी शांत, हळू आवाजात पुन्हा म्हणाले,

''तुमच्या मुलाला घ्या. गाडीत बसा आणि इथून निघा. आणि मला हे पुन्हा सांगायला लावू नका.''

त्यावर तो माणूस मागं फिरला आणि मुलाला बरोबर घेत, शिव्यांचा भडिमार करत त्याच्या गाडीच्या दिशेनं गेला.

मग माझे डॅड कारमध्ये आले आणि गॅरेजमधून कार बाहेर काढताना मुलांकडं वळून म्हणाले, ''चला, आपण आइस्क्रीम घ्यायला जाऊ या.''

मला नक्की माहीत नाही; पण सुऱ्याचं पातं आपल्या मुलाच्या इतकं जवळ आलेलं पाहून ते मुळापासून हलले असावेत, असं मला वाटतं. त्या निर्णायक क्षणी... बाहेर जाऊन सुऱ्याचा सामना करण्याचा त्यांचा निर्णय... आपल्या मुलाला वाचवण्यासाठी त्यांची स्वत:चा जीव द्यायचीसुद्धा तयारी होती. मला वाटतं हे काही विचारपूर्वक कृत्य नसावं. हे होतं... (प्रेम आणि परमेश्वर मानणाऱ्या) एका नि:स्वार्थी माणसाचं कृत्य... आपल्या प्रयत्नांना यश मिळणार याबद्दल त्यांच्या मनात जराही संदेह नव्हता.

ही कहाणी ऐकल्यानंतर मला माझे वडील अधिक चांगले समजले. एके दिवशी मी आपले वडील दुबळे आहेत या निर्णयाप्रत आलो होतो, ते आठवून आता मला स्वत:चंच हसू येतं. खरी गोष्ट अशी होती की, मी त्या वेळी लहान होतो आणि त्यांचा अनुभव व ज्ञान कळण्याची माझी कुवत नव्हती. त्यांच्या या ज्ञानानंच त्यांना हे सामर्थ्य बहाल केलं होतं. आमच्या बालपणातली माझी व भावाची भांडणं अगदी क्षुल्लक होती, हे त्यांना माहीत होतं. हा आमचा लढा आहे आणि आम्ही त्यातून मार्ग काढायला शिकलंच पाहिजे, असं त्यांना वाटत होतं. 'आपली भांडणं आपली आपण सोडवायला शिकणं,' या आमच्या हक्कांचा ते आदर करत होते. आता डॅड आम्हाला सोडून गेले आहेत; पण ते ज्यासाठी प्राण द्यायला तयार झाले असते असं मूल्य स्वीकारून मी त्यांचा आजही आदर करतो, ते मूल्य म्हणजे भांडणाच्या बाबतीत पर्याय निवडता येतो आणि सामर्थ्यवान माणूस भांडण हा पर्याय निवडत नाही.

– *बेथ क्लार्क*

हॅलो... गुड-बाय डॅडी!

माझी माझ्या वडिलांशी खूप जवळीक नव्हती, पण ते मला खूप खास वागणूक द्यायचे. मी लहान असताना जे काही केलं, उदाहरणार्थ, पोहायला शिकले किंवा शाळेत नाटकात काम केलं, ते त्यांना अकल्पनीय वाटायचं. त्यांच्या डोळ्यात एक विशिष्ट भाव उमटायचे, त्यामुळं मला खूप छान, काहीतरी मोठं केल्यासारखं वाटायचं.

– डायनी केटॉन

गुरुत्वाकर्षण शक्तीमुळं पृथ्वीवर जखडून राहिलेल्या विमानाच्या इंजिनानं ते बंधन तोडून बाहेर पडताना मोठा आवाज करून निषेध दर्शवला आणि एकदा का मुक्त झाल्यानंतर त्याचा आवाज सौम्य झाला आणि ते हवेत स्थिरावलं. मग त्याचा आवाज कानांनाही सुसह्य झाला. मला आभाळात भरारी घेण्याचा तिटकारा होता. कारण मला त्याची भीती वाटायची. आपलं आयुष्य आता आपल्या हातात राहणार नाही, याची ती भीती असायची. म्हणजे सूत्रं कुणा दुसऱ्याच्या हाती आणि आपण फक्त दर्शक, असं वाटायचं.

पण आजची गोष्ट वेगळी होती, एक अतिशय खास गोष्ट होती. त्यामुळं मी विमानानं कॅलिफोर्नियाला जायला तयार झाले होते. मी माझ्या वडिलांना भेटायला निघाले होते! पृथ्वीभोवती शुभ्रधवल दुलई पांघरणारे ढग पाहात असताना माझं मन बालपणात गेलं.

मी सात वर्षांची होते.

"व्हिक्टोरिया," आजीनं घराच्या प्रवेशद्वारातून हाक मारली,

"तुझं पत्र आहे."

हे ऐकून मी अतिशय थरारून गेले, कारण आजवर मला कधीच कुणाचं पत्र आलं नव्हतं.

मी शक्य तितक्या वेगानं धावत गेले आणि जवळपास आजीवर जाऊन आदळलेच.

"अगं, हळू-हळू," आजी हसून म्हणाली.

आश्चर्य म्हणजे मला फक्त पत्रच नव्हे, तर चक्क एक पुडकं आलं होतं! माझ्यासाठी आलं होतं! मी कोचावर बसून तपकिरी कागदाचं वेष्टन भराभर फाडून काढलं. ते कुणी पाठवलं होतं तेसुद्धा मला माहीत नव्हतं, पण त्यानं काही फरक पडत नव्हता. माझ्यासाठी काहीतरी आलं होतं... फक्त माझ्या एकटीसाठी!

मी टिश्श्यू पेपरचा एकेक तुकडा जमिनीवर टाकत होते... शेवटचा तुकडा फेकला तेव्हा मला ते दिसलं... ओह, माझा माझ्या डोळ्यांवर विश्वासच बसेना! त्यामध्ये अतिशय सुंदर, लालचुटूक रंगाचा जंपर, त्याच्या बाजूला लेसचे बंध होते आणि गुबगुबत बाह्यांचा पांढरा ब्लाउज होता. मी चित्कारत उभी राहिले, तेव्हा काहीतरी जमिनीवर पडलं. मी थबकून पायाशी खाली पाहिलं. काहीतरी चकाकतं, गोल दिसलं... माझ्या पायाशी चांदीचं नाणं पडलं होतं.

"अगं आजी... हे बघ, अगं, चांदीचं नाणं बघ," मी ते नाणं उचलून घेत म्हणाले. ते नाणं चांगलं माझा तळहात भरून जाईल एवढं होतं!

आजी हातांची घडी घालून माझ्याकडं बघत होती. तिला अगदी खुदुखुदु होत होतं, त्यामुळं तिची मान हलत होती.

अखेर ती म्हणाली, "हे तुझ्या डॅडींकडून आलंय. त्यांनी तुला वाढदिवसाची भेट पाठवलीय."

"खरंच, आजी? खरंच! हे माझ्या डॅडींनी पाठवलंय?"

मी अठरा महिन्यांची होते, तेव्हापासून मी माझ्या वडिलांना कधी पाहिलंसुद्धा नव्हतं. ते मला जराही आठवत नव्हते; पण माझ्या कल्पनाचित्रात मी त्यांना पाहात होते. अबलख घोड्यावरच्या सफेद पोशाखातल्या सरदाराच्या रूपात... आणि ते कायम मला, 'प्रिन्सेस' म्हणायचे... कायम.

आणि मीही कुणालाही माझ्या वडिलांबद्दल वाईट-साईट बोलू द्यायचे नाही. कारण मी तयार केलेल्या माझ्या स्वत:च्या छोट्या विश्वात ते 'प्रिन्स' होते आणि माझे सगळ्यांत आवडते होते. त्यांचा फोटो सदैव माझ्याजवळ असायचा आणि आमच्या खूप गप्पाही व्हायच्या. त्यामुळं मला ते कायमच खूप जवळचे वाटायचे.

तितक्यात विमानाला धक्का बसला आणि 'सीट बेल्ट' असं 'साइन' झळकलं.

मी सीट बेल्ट बांधला आणि वास्तवात परत आले. फ्लाइट अटेन्डन्टनं माझ्या खांद्याला स्पर्श करताच मी दचकले. त्याबरोबर तीही दचकली. मग आम्ही दोघीही अवघडल्यासारख्या हसलो.

''तुला काही हवंय का?'' तिनं सस्मित चेहऱ्यानं विचारलं.

''नको, नको, थँक यू,'' मी लाजत कसंबसं म्हणाले.

''अजून अर्ध्या तासात आपलं विमान 'लॅन्ड' होईल.'' असं सांगून ती निघून गेली.

मी डोळे मिटून घेतले. अजून अर्ध्या तासानं माझी माझ्या वडिलांशी भेट होणार होती. मी ज्या व्यक्तीला डॅडी मानत होते, त्या व्यक्तीशी पंचवीस वर्षांनी माझी प्रत्यक्ष भेट होणार होती. डॅडींना पाहावं, त्यांना जाणून घ्यावं, याची मला जितकी उत्कट आस होती, तितकी दुसऱ्या कुणाबद्दल कधीच वाटली नव्हती. मी त्यांना पाहिलंसुद्धा नव्हतं, तरी माझं त्यांच्यावर खूप प्रेम होतं. ते माझे वडील होते.

मी विमानातून बाहेर आले, तेव्हा चेहऱ्याला सूर्यकिरणांचा उबदार स्पर्श झाला. मी खोल श्वास घेतला आणि टॅक्सीच्या दिशेनं गेले... अखेर त्यांना प्रत्यक्ष भेटण्यासाठी!

मी चर्चचा दरवाजा उघडला आणि तिथंच थांबले... मला तो काळ युगानुयुगांचा वाटत होता. माझ्या पायाखाली लाल रंगाचा गालिचा होता... किती छान आहे हा, मनात आलं. मी चर्चच्या पुढच्या बाजूला आले. तिथं सर्वत्र शांतता भरून राहिली होती; पण कानावर संभाषण पडताच मी थबकले.

''डॅडी? हाय, डॅडी. मी तुमची चिमुरडी... व्हिक्टोरिया.''

माझ्या डॅडींचा देह दफनपेटीत विसावला होता. त्या पेटीला स्पर्श करत मी म्हणाले. या पेटीचा थंडगार स्पर्श हाताला जाणवत होता. मी पृष्ठभागावर येऊ पाहणाऱ्या भावनांना आवरण्याचा निकराचा प्रयत्न करत होते.

''....डॅडी, मला फक्त तुम्हाला इतकंच सांगायचं होतं की, माझं तुमच्यावर खूप प्रेम होतं आणि मला तुमची फार फार आठवण व्हायची.''

मी त्यांच्या केसांना आणि चेहऱ्याला स्पर्श केला... तो मी कधीच विसरणार नाही.

''डॅडी, मी तुमच्यासाठी एक गोष्ट आणलीय. तुम्हाला माझा वाढदिवस आठवतोय? ओह... त्या दिवशी तुम्ही मला किती आनंद दिलात...'' माझा आवाज चिरकला. मला अश्रू थोपवणं कठीण झालं होतं.

''मी इतकी वर्षं ही गोष्ट जपून ठेवली होती; पण मला आता ती तुम्हाला द्यायची आहे.''

मी ते चांदीचं नाणं त्यांच्या हाताखाली ठेवलं.

"इटस ओके, डॅडी, माझ्याजवळ आपल्या दोघांना पुरेल इतकं प्रेम आहे.

"डॅडी, ही भेटण्याची आणि निरोपाचीही वेळ आहे. तुम्ही मला कुशीत घ्यावं आणि फक्त एकदा तुम्हाला मला 'प्रिन्सेस' म्हणताना ऐकावं, एवढीच इच्छा होती."

त्या क्षणी माझ्या काळजाचे तुकडे-तुकडे होत होते. तितक्यात कुणीतरी माझ्या खांद्याला स्पर्श करत विचारलं.

"तू व्हिक्टोरिया आहेस ना? हॅरॉल्डची मुलगी... होय ना?"

मी अश्रू मागं परतवत म्हणाले, "होय."

त्यावर तो माणूस मला जवळ घेत म्हणाला, "मी तुला कधी भेटलो नसलो तरी तुला कायम ओळखतोय. तुझे वडील तुझ्याबद्दल नेहमी किती अभिमानानं सांगायचे. त्यांच्या खिशात नेहमी तुझा फोटो असायचा आणि ते तुझ्याबद्दल 'माझी लिट्ल प्रिन्सेस' असं म्हणायचे."

– *व्हिक्टोरिया रॉबिन्सन*

सर्वांत मौल्यवान भेट

आतमध्ये छान वाटत असल्याखेरीज बाहेर चेहऱ्यावर हास्य आणणं जवळजवळ अशक्यच असतं.

– अनामिक

जुलै १९६५ मधला तो दिवस मी कधीही विसरणार नाही. उन्हाळ्यातल्या त्या उबदार दिवशी माझी आई वयाच्या अवघ्या छत्तीसाव्या वर्षी अनपेक्षितपणे निवर्तली. तिच्या आजाराचं कारण आजही समजू शकलेलं नाही. त्या दिवशी दुपारी पोलीस अधिकाऱ्यानं माझ्या वडिलांची परवानगी मागितली. रुग्णालयानं माझ्या आईच्या हृदयाची झडप आणि डोळ्यांचा काही भाग वापरण्याची परवानगी मागितली होती. मी अक्षरश: जागीच थिजले. डॉक्टर्स माझ्या मॉमच्या देहाची चिरफाड करणार आणि तिच्या देहाचे भाग इतर लोकांना देऊन टाकणार... मी रडतच घरात धावले.

वयाच्या चौदाव्या वर्षी मला हे समजत नव्हतं की, माझ्या प्रिय व्यक्तीला इतर कुणी असं चिरफाड करून का न्यावं? आणि त्यावर कळस म्हणजे माझ्या वडिलांनी त्यांना परवानगी दिली होती!

"तुम्ही त्यांना असं कसं करू देताय?'' मी त्यांच्यावर ओरडले होते,

"माझी मॉम या जगात आली ती संपूर्ण देहासहित, त्यामुळं जातानाही ती तशीच असायला हवी.''

"लिंडा,'' ते माझ्याभोवती हात टाकत शांतपणे म्हणाले,

"आपण देऊ शकतो अशी सर्वोत्तम भेट म्हणजे आपला हिस्सा. तुझ्या आईनं आणि मी खूप पूर्वीच ठरवलं होतं की, आपल्या मृत्यूनंतर आपण फक्त एका माणसाच्या जीवनात काही फरक घडवू शकलो तर आपल्या मृत्यूला अर्थ प्राप्त होईल.''

मग त्यांनी मला समजावून सांगितलं की त्या दोघांनीही अवयवदाता व्हायचं ठरवलं होतं.

त्या दिवशी माझ्या वडिलांनी मला शिकवलेला धडा माझ्या आयुष्यातील एक महत्त्वपूर्ण धडा ठरला.

काळ पुढं सरकत होता. माझं लग्न झालं. आता माझं स्वत:चं कुटंब होतं. १९८० साली माझे वडील खूप आजारी पडल्यामुळं आमच्याकडं राहायला आले. त्यांच्या फुफ्फुसांना संसर्ग झाला होता. त्यांना श्वसनाचा त्रास होत होता. पुढं सहा वर्षं आम्ही अनेकदा जन्ममृत्यूविषयी खूप चर्चा केली.

ते मला अगदी उत्साहानं सांगायचे की, मी गेल्यानंतर माझे जे काही अवयव चांगल्या अवस्थेत असतील – विशेषत: डोळे – ते दान कर.

"दृष्टी ही एक सर्वोत्तम भेट असते," ते म्हणत, एखाद्या दृष्टिहीन मुलाला दृष्टी मिळाली आणि माझी मुलगी वेन्डी ज्या पद्धतीनं घोडेस्वारी करते तशी त्याला करता आली तर किती छान होईल!"

वेन्डीनं आयुष्यभर बक्षिसांवर बक्षिसं मिळवली होती.

"कल्पना कर, आणखी एखाद्या मुलीनं वेन्डीसारखं यश मिळवलं, तर तिच्या आईवडिलांना किती अभिमान वाटेल!" डॅड म्हणाले,

"आणि माझ्या डोळ्यांमुळं हे शक्य झालं या गोष्टीचा तुला किती अभिमान वाटेल... विचार कर."

मी वेन्डीला तिच्या आजोबांचे हे शब्द सांगितले तेव्हा तिच्या डोळ्यांत पाणी आलं. ती तशीच आजोबांच्या खोलीत गेली आणि त्यांना घट्ट मिठी मारली.

वेन्डी फक्त चौदा वर्षांची होती... म्हणजे मला जेव्हा दान कार्यक्रमाची ओळख झाली त्याच वयाची; पण किती फरक होता!

११ एप्रिल १९८६ रोजी माझे वडील वारले. आम्ही त्यांच्या इच्छेनुसार त्यांचं नेत्रदान केलं.

त्यानंतर तीन दिवसांनी वेन्डी म्हणाली, "मॉम, तू आजोबांसाठी जे केलंस त्याबद्दल मला पुन्हा खूप अभिमान वाटतो."

"तुला त्याचा अभिमान वाटतो?" मी विचारलं.

"यू बेट! दृष्टिहीन असणं कसं असेल याचा कधी विचार केला आहेस का तू? मी जेव्हा जाईन तेव्हा मला आजोबांसारखंच नेत्रदान करायची इच्छा आहे."

त्या क्षणी मला उमगलं की माझ्या वडिलांनी केवळ डोळेच नव्हे तर आणखीही खूप काही दिलं होतं. माझ्या वडिलांनी जे काही मागं ठेवलं होतं त्याची चमक

माझ्या मुलीच्या डोळ्यांत दिसत होती... अभिमानाची चमक.

मी वेन्डीला मिठीत घेतलं... पण त्या दिवशी मला हे माहीत नव्हतं की, पुढं अवघ्या दोनच आठवड्यांनी मला पुन्हा एकदा दान कार्यक्रमासाठी कागदपत्रांवर स्वाक्षऱ्या करायच्या आहेत.

माझी गोजिरी, हुशार वेन्डी ट्रकनं ठोकरल्यानं मृत्युमुखी पडली. ती घोड्यावरून जात असताना हा अपघात झाला.

त्या कागदपत्रांवर सह्या करत असताना तिचे शब्द माझ्या डोक्यात घुमत होते,

'यू बेट! दृष्टिहीन असणं कसं असेल याचा कधी विचार केला आहेस का तू?'

वेन्डीच्या मृत्यूनंतर तीन आठवड्यांनी मला आय बँकेकडून पत्र आलं :

प्रिय श्री. व सौ. रिव्हर्स,

कळवण्यास आनंद वाटतो की, नेत्ररोपण यशस्वी झाले असून दोन दृष्टिहीन व्यक्तींना पुन्हा दृष्टी प्राप्त झाली आहे. या व्यक्ती तुमच्या मुलीच्या जिवंत स्मृती आहेत. तुमच्या मुलीनं आयुष्याची सुंदरता इतरांशी वाटून घेतली.

समजा, कुठंतरी असं दान लाभलेल्या व्यक्तीला घोड्यांविषयी प्रेम निर्माण झालं आणि ती व्यक्ती घोड्याचं चित्र काढू लागली तर, दाता कोण आहे ते मला नक्की ओळखेल. एक सोनेरी केसांची, निळ्या डोळ्यांची मुलगी अजूनही चित्रं रेखाटत असेल.

– *लिंडा रिव्हर्स*

आवडती आठवण

'हास्य' हे सर्वांसाठी संवादाचे प्रभावी माध्यम आहे.

– रॉबर्ट फुल्घुम

वयाच्या साधारण तेराव्या वर्षी मी डेटिंगला सुरुवात केली. त्या दरम्यान माझी आई माझ्या घरी येण्याची नेहमी वाट पाहात असायची, मी घरी आल्याबरोबर आम्ही दोघी माझ्या बेडरूममध्ये जायचो. ती माझ्या बिछान्यावर बसायची आणि आम्ही दोघी संध्याकाळी काय काय झालं याबद्दल कितीतरी वेळ बोलायचो. डॅडींना या दरम्यान झोप लागायला आलेली असे; पण आमची बडबड त्यांच्या बेडरूमपर्यंत पोहोचायचीच. त्यांची बेडरूम अगदी लागूनच होती.

"तुम्ही दोघी रात्रभर बडबड करत राहणार आहात का?" ते तिथूनच विचारायचे, "हे बोलायला उद्या सकाळपर्यंत दम निघणार नाही का?"

त्यावर माझी आई त्यांना 'तुम्ही झोपा' असं म्हणून गप्प बसवायची.

त्यावर ते कुरकुरत काही वेळ गप्प राहायचे आणि मग पुन्हा त्यांच्या हाका सुरू व्हायच्या,

"लिलीयन, झोपायला चल. ती त्या मुलाशी लग्न करायला तयार असेल तेव्हा हे सगळे प्रश्न विचार."

अखेर मॉम आणि मी एकमेकींना पापा देऊन 'गुडनाइट' म्हणायचो आणि ती डॅडींची मर्जी सांभाळत बेडरूममध्ये जायची.

माझ्या डॅडींनी तरुणपणी व्हॉडेविल आणि बर्लेस्क अशा मनोरंजनपर कार्यक्रमात विनोदवीर आणि टॅप डान्सर म्हणून काम करायला सुरुवात केली. व्हॉडेविल लयाला गेले तसं त्याचं 'शो बिझनेस'चं स्वप्नही भंगलं. मात्र ते संधी मिळाली की विनोद सांगायचे, गाणी म्हणायचे आणि थोडंसं पदलालित्यही दाखवायचे. फ्लोरिडामध्ये

त्यांच्या लोकांसाठी ते कार्यक्रम तयार करायचे. ते अतिशय प्रेमळ आणि स्नेहपूर्ण व्यक्ती होते. त्यांच्या चेहऱ्यावर सदैव स्मित असे आणि ते सर्वांशी प्रेमानं वागत, बोलत असत.

एका वीक-एन्डला माझी आई परगावी एका नातेवाइकांकडं गेली होती. त्याच शनिवारी रात्री मला डेटला जायचं होतं. मी घरी यायला फार उशीर करणार नाही, वाट पाहायला लावणार नाही, असं डॅडींना वचन दिलं. माझा मित्र मला न्यायला आला तेव्हा डॅडींची आणि त्याची भेट झाली. दोघांनीही हस्तांदोलन केलं आणि मी मित्रासमवेत बाहेर पडले.

ती संध्याकाळ जरा लवकरच पुढं सरकली. त्यामुळं मी डॅडींना सांगितलेल्या वेळेपेक्षा मला यायला उशीर झाला. मी मित्रासमवेत सबवे स्टेशनपासून घरी चालत आले, तेव्हा आमच्या तिसऱ्या मजल्यावरच्या अपार्टमेंटच्या खिडकीत डॅडी माझी वाट पाहात उभे असलेले दिसले. मी मित्राचं लक्ष दुसरीकडं वळवण्यासाठी त्याच्याशी बोलत राहिले. कारण त्याचं लक्ष माझ्या डॅडीकडं जाऊ नये असं मला वाटत होतं. त्यानं डॅडींना पाहणं मला फार लाजिरवाणं वाटत होतं. आम्ही माझ्या घराशी आलो तेव्हा मी मित्राला झटपट गुडनाइट केलं आणि तो गेलाय याची खातरी झाल्यावर माझ्याजवळच्या किल्लीनं घराचं दार उघडलं.

मी गडबडीनं घरात शिरले. पाहिलं तर मॉम डॅडच्या बेडरूमचं दार बंद होतं.

"बरं झालं," मी स्वत:शीच म्हणाले. डॅडी झोपले आहेत असं मला वाटलं. मला घरी यायला उशीर का झाला याबद्दल कसलीही स्पष्टीकरणं द्यावी लागणार नाहीत, या कल्पनेनं मला हायसं वाटलं. मी माझ्या बेडरूमचं दार उघडून आत गेले आणि जवळजवळ आपटलेच!

माझे प्रिय डॅडी माझ्या बिछान्यावर बसले होते. त्यांच्या चेहऱ्यावर अगदी रुंद हास्य होतं आणि अंगावर माझ्या आईचा एक ड्रेस! त्यांनी त्यांचे कुरळे केस उंच बांधले होते. एक हात गुडघ्यावर आणि एक हात कंबरेवर अशा आविर्भावात ते वरच्या पट्टीत बोलू लागले.

"मग... डेट कशी काय झाली? तो काय म्हणाला... आणि तू काय म्हणालीस? तुम्ही डिनरला कुठं गेला होता? तुम्ही कुठल्या 'शो'ला गेला होतात का? तू त्याला पुन्हा भेटणार आहेस का? बरं,... तो उपजीविकेसाठी काय काम करतो? तो तुझ्याशी नीट वागला ना? तो चांगला माणूस असेल अशी मला आशा आहे. तो तुमच्या या नात्याबद्दल गंभीर आहे असं तुला वाटतं का?"

"डॅडी," मी म्हणाले, "हळूहळू, एका वेळी एक प्रश्न विचारा. ही आमची फक्त तिसरी डेट होती."

"वेल, तू तुझ्या आईशी बोलतेस तेव्हा तिला जी माहिती मिळते, ती सगळी माहिती मी मिळवत होतो."

आम्ही जवळजवळ तासभर गप्पा मारत होतो, खिदळत होतो.

अखेर, मीच त्यांना म्हणाले, ''झोपायची वेळ झाली, आपण सकाळी बोलूया. आता मला खूप कंटाळा आलाय.''

डॅडींनी मला मिठीत घेतलं, माझा पापा घेत मला गुडनाइट केलं आणि ते म्हणाले,

''लक्षात ठेव, आई घरी येईल तेव्हा तिला सांगण्यासाठी आपल्याला प्रत्येक बारीक-सारीक तपशील लक्षात ठेवावा लागेल, म्हणजे आपण तिला बाजूला टाकलं असं तिला वाटणार नाही.

– रोजली सिल्व्हरमन

कासव

त्या हसतमुख चेहऱ्याच्या उंच माणसानं खाली वाकून माझ्या विस्कटलेल्या सोनेरी केसांवर थोपटलं आणि माझ्या इवल्याशा आतुर हातात एक हिरवी वळवळती वस्तू ठेवली. त्यावर मीही हसलो असणार; पण त्याच्याकडं पाहून नव्हे. माझं सगळं लक्ष वेधलं होतं, ते माझ्या इवल्याशा बोटांत घट्ट धरलेल्या छोट्याशा सजीव गोष्टीकडं. ते होतं पाळीव प्राण्यांच्या दुकानात विकत मिळणारं छोटुकलं कासव. मला वाटतं १९५० च्या दशकाच्या प्रारंभी हा पाळीव प्राणी अतिशय लोकप्रिय होता. माझ्या हाताच्या खळग्यात त्याचं गोल, टणक कवच अगदी व्यवस्थित मावलं होतं. त्याच्या अंगावरच्या हिरव्या, पिवळ्या व लाल रंगाच्या विविध छटांची आणि त्यांच्या डोक्याजवळ वळण घेणाऱ्या रेषांची मला खूप नवलाई वाटत होती. ते डोकं वर काढून माझ्या चेहऱ्याकडं प्रश्नार्थक नजरेनं पाहात होतं. मी त्याला उलटं केलं, तेव्हा त्याच्या आखुड, गुबगुबीत पायांची काहीतरी विचित्र हालचाल झाली. त्याच्या पायांचा परस्परांशी काहीही मेळ नव्हता. जसं काय त्याला या उलट्या अवस्थेत कुठं जाता येणार होतं! त्या वेळी मी नक्कीच हसलो होतो आणि लहान मुलांच्या मनात ज्या गोष्टी करण्याचे विचार येतात ते माझ्याही मनात आले होते. तसंच मी त्याचं नामकरणही केलं होतं. आता मात्र मला ते नाव आठवत नाही.

ते कासव कुठून आणलं होतं किंवा त्या वेळी ते मला का दिलं होतं, हे मला माहीत नव्हतं. आणि मला ते जाणून घ्यावंसंही वाटलं नाही. तीन वर्षांची पोरं जे करतील तेच मी केलं होतं. बऱ्याच शोधाशोधीनंतर माझ्या सँडबॉक्समध्ये मला प्लॅस्टिकची सुरी मिळाली. ती घेऊन अगदी मजेत मी त्याच्या कवचावर ती करवतीसारखी चालवू लागलो. माझ्या त्या 'पेट'च्या दृष्टीनं चांगली गोष्ट म्हणजे लवकरच मला या कामाचा कंटाळा आला आणि मी हे थांबवून त्याच्याशी खेळायचं ठरवलं.

तो उंच माणूस तितका काही उंच नव्हता. मी मोठा झाल्यानंतर त्याच्याच उंचीचा झालो, तेव्हा मला हे कळलं. तो माझ्याच उंचीचा होता... पाच फूट सहा इंच. मात्र वयाच्या तिसऱ्या वर्षी तो मला धिप्पाडच्या धिप्पाड आणि छान माणूस वाटला होता.

माझ्या बालपणातला तो कासवाचा दिवस माझ्या आजही स्मरणात आहे. त्या दिवशी हा माणूस आमच्या घरी माझ्या आईकडं आला होता. त्या दिवशी मी माझ्या या नव्या मित्रासोबत गर्क नसतो, तर कदाचित माझ्या लक्षात आलं असतं की, तो माणूस काही क्षणांतच बाहेर पडला होता. कदाचित मी त्याला हात केला असेल... कदाचित असेल, मला नाही आठवत; पण तो माणूस बाहेर पडला तेव्हा आता आपल्याला हा पुन्हा कधीही दिसणार नाही, हे मला कसं माहीत असेल?

होय, मी माझ्या वडिलांबद्दल बोलतोय. अगदी आजपर्यंत वयाच्या अठ्ठेचाळिसाव्या वर्षीसुद्धा या माणसाबद्दल लिहिताना माझ्या गालांवरून अश्रू ओघळतातच.

तुम्हाला सांगतो, माझी त्यांच्याशी ओळख होण्याआधीच ते निवर्तले. त्यांना जाणून घ्यावं, असं मला फार वाटायचं. आयुष्यभर माझ्या मनात इच्छा होती की, त्यांना शोधावं, त्यांच्या दरवाजावर थाप द्यावी, आयुष्यातल्या गोष्टी त्यांच्याशी वाटून घ्याव्यात. मला तेव्हाही राग नव्हता आणि आत्ताही नाहीय. माझं काळीज त्यांच्यासाठी तुटायचं आणि अजूनही तुटतं.

मला त्यांचा ठावठिकाणा कळला, ते मोठे लेखक आहेत हेही कळलं. या गोष्टी माझ्या बालपणी गुप्त राखल्या होत्या. त्या वेळी घटस्फोटाच्या विषयामुळं संताप आणि आर्थिक बाबी अधिक महत्त्वाच्या होत्या; पण मी इकडून-तिकडून कुणाकुणाच्या बोलण्यातून माहिती मिळवलीच. जुन्या आठवणींत रमलेल्या आज्यांच्या प्रेमळ संभाषणातून काही धागे गवसले. अखेर, मी जेव्हा मरिन्स सोडलं. त्या वेळी मी त्यांना भेटायला जायचंय, अशी मनाची तयारी केली होती. त्या वेळी मला बाकी कुणाला काय वाटेल याची पर्वा नव्हती... पण तसं घडणार नव्हतं... दोन महिन्यांपूर्वीच त्यांचा मृत्यू झाल्याचं समजलं तेव्हा माझं काळीज चूर-चूर झालं.

पंचवीस वर्षं उलटली तरी त्यांना फक्त जाणून घ्यावं, ही इच्छा माझ्या मनात कायम होती. त्यांचा विचार मनात आला नाही असा कोणताच काळ मला आठवत नाही. मी माझ्या वैयक्तिक कोषात अजूनही दुःख करत होतो आणि कधीही भरून न येणारं रितेपण सोसत होतो. माझ्यात लिहिण्याची ही विलक्षण ऊर्मी उसळत होती, पण मी लिहिलं नाही.

आणि एके दिवशी अचानक माझ्या स्वर्गवासी वडिलांच्या विधवा पत्नीचा

निरोप आला. त्यांना मला भेटायचं होतं. मला रस असेल, तर त्यांना काही फोटो आणि वस्तू मला दाखवायच्या होत्या. मी वडिलांच्या शोधात, पत्नी आणि मुलाला सोबत घेऊन शिकागो भागात निघालो.

त्या दिवशीची आमची भेट खूप छान होती. सुरुवातीला थोडा वेळ प्रचंड शांतता भरून राहिली होती. त्या बाईंना माझं त्यांच्या गालांवर ओठ टेकवण्यात त्यांच्या स्वर्गवासी पतीशी साम्य वाटलं. मात्र तो मी होतो आणि ही गोष्ट आम्हा दोघांनाही माहीत होती. तरी त्यांना फार-फार समाधान आणि आनंद वाटला. त्यांनी आम्हाला त्यांच्या घरी बोलावलं. तिथं गेल्यावर मला माझ्या वडिलांबद्दल समजू लागलं, त्यांच्या पत्नीकडून व दोन मुलांकडूनच नव्हे. (त्यांच्यात खूप छान जवळीक होती.) तरी त्यांनी अजाणतेपणे माझ्यासाठी मागं ठेवलेल्या वस्तूंमधूनही. एक दिवस मी तिथं येणार आहे, हे बहुधा त्यांना माहीत असावं आणि त्याबद्दल मी आता त्यांचे आभार मानतो.

त्या बाईंनी माझ्याकडून माळ्यावरून एक मोठी धुळकट पेटी खाली काढून घेतली. त्या पेटीत कागदपत्रं, पत्रं, फोटो आणि नाजूक वस्तूंचा खजिनाच होता. माझ्या वडिलांकडून मला वारश्यानं मिळालेल्या फिकट निळ्या डोळ्यांनी मी त्यावरून नजर फिरवायला सुरुवात केली. सगळ्यांनी मला या कामासाठी एकान्त दिला. त्या पेटीत प्रेम आणि जीवनाच्या अनेक स्मृती होत्या, टिपणं आणि लेख होते, त्यांचा मृत्युलेखही होता. त्या पेटीतल्या अनेक गोष्टींनी मला त्यांच्या आयुष्याच्या पाऊलखुणा दाखवल्या आणि त्यांना जाणून घेण्यात साहाय्य केलं.

मी त्यांची हस्तलिखितं बारकाईनं पाहिली आणि त्यांची हुशारी व कर्तबगारी पाहून स्तिमित झालो. मला त्यांच्याबद्दल खूप आदर वाटला. ते उच्च दर्जाचे आदरप्राप्त आणि लिहिता हात असणारे लेखक होते. त्यांच्या नावावर बरंच साहित्य जमा होतं. त्यामुळं ते त्यांनी निवडलेल्या कामाच्या क्षेत्रात आलिशान आयुष्य जगत होते, ते सर्जनशील लेखन शिकवत असत. परिषदांमधून व्याख्यानं देत असत, स्पर्धांची परीक्षणं करत असत. हे सगळं पाहून माझा ऊर अभिमानानं भरून आला. मला असं वाटत होतं की, हे सगळं समजल्यानंतर काळजातली वेदना जराशी शमेल; पण उलट काळजात कळ आणखीनच तीव्र झाली. पिता-पुत्राचं नातं अनुभवता न आल्याबद्दल मी मनोमन शोक केला.

या भेटीनंतर माझं आयुष्यच बदलून गेलं. आयुष्यात पहिल्यांदाच मी कोषातून बाहेर पडलो. मी तिथून बाहेर पडलो, ते दोन गोष्टी सोबत घेऊन. त्या मी काळजाशी धरल्या होत्या. त्यातली एक गोष्ट होती एक हस्तलिखित, ते माझ्यादृष्टीनं अतिशय प्रेरणादायी व स्फूर्तिदायक होतं. खूप पूर्वी त्यांनी जुन्या पिवळट कागदावर वडिलकीच्या

स्वरात जे काही लिहिलं होतं ते शब्द माझ्या काळजात थेट आरपार गेले होते. त्या शब्दांनी मला मी कोण आहे, मी काय केलं पाहिजे, याची अकस्मात जाणीव दिली होती. हेच सोप्या शब्दांत सांगायचं, तर त्यांनी त्याच्या अजूनही सचेतन असलेल्या स्वरात सांगितलं होतं : तू लेखक आहेस आणि आता तू लिहायलाच हवंस!

माझ्या वडिलांच्या त्या शब्दांनी माझं आयुष्यच बदलून टाकलं आणि त्याबद्दल मी त्यांचा ऋणी आहे.

मी हा दस्तऐवज घेऊन जायला निघालो, तितक्यात त्या बाईंनी माझ्या दुसऱ्या हातात आणखी एक गोष्ट ठेवली. ती छोटीशी कापडी डबी होती.

"हे तुला द्यावं असं त्यांना वाटलं असतं," त्या हसून म्हणाल्या, "हे ते टायवर लावायचे."

मी ती डबी हळुवारपणे उघडली.

त्यामध्ये इवलंसं हिरव्या रंगाचं कासव होतं.

– स्टेव्हन एम. व्हीट

सुसाइड हिल

घोंघाळत आलेल्या बर्फवादळामुळं आजूबाजूची मुलं जोशात घराबाहेर पडली होती. बर्फिल्या आसमंतात त्यांचा आरडाओरडा, पळापळी सुरू होती, त्या वेळी वडीलधारा म्हणून मी त्यांच्यावर लक्ष ठेवत होतो. स्कीज आणि छोट्या घसरगाड्यांपासून ते चपट्या केलेल्या पुठ्ठ्याच्या पेट्यांपर्यंत काहीही गोष्टी वापरून लहान मुलं थोड्याशा उतारावर घसरगुंडी करत होती. थोडी मोठी मुलं – त्यामध्ये माझा मुलगा जॉशही होता – आणखी खड्या मार्गावरून घसरत जाण्याचं धाडस करत होती. हा उतार 'सुसाइड हिल' नामक जंगलात लुप्त होत होता.

मग या साहसी मोहिमेवरून यशस्वीपणे परत आलेला एकेक जण त्याची कहाणी सांगत होता आणि तिथं जाऊ इच्छिणाऱ्यांना 'टिप्स'ही देत होता.

'अरे, 'डेथ ट्री' फक्त एका इंचानं हुकला रे!' किंवा 'खडकाच्या डाव्या बाजूला जा, मग 'रॅपिडस'वरून कसली मजा येते!'

हे हातमोजे घातलेले छोटे सर्फर्स बिनधास्त आणि अतिशय जोशात होते; पण माझं तसं नव्हतं. मी पुन्हा शेकोटीसमोर जाऊन बसेपर्यंत मला अंगातली ऊब टिकवायची होती. मी माझं ऐकून घेणाऱ्या प्रत्येकाला कोकोची नवलाई सारखी सांगत असायचो.

"अगदी चॉकलेटी आणि चवदार," मी माझ्या मुलीला – रेबेकाला – म्हणालो. ती प्लॅस्टिकच्या सर्फबोर्डवरून सुरक्षित उतारावरून खाली निघाली होती.

तितक्यात रॅन्डी नामक वांड मुलगा जंगलातून तीरासारखा धावत आला. तो साधारण दहा वर्षांचा दिसत होता. त्यानं 'सुसाइड हिल'ची आणखी एक कहाणी सांगितली.

"मी कड्यापाशी संपलेच होतो," तो डोळे विस्फारून सांगत होता, "मी कसाबसा सुटलोय."

रॅन्डीच्या स्वरानं माझ्या खूप जुन्या विस्मरणात गेलेल्या आठवणी जाग्या झाल्या आणि मी तिथल्या तिथं ठरवलं... मी 'सुसाइड हिल'पर्यंत जाणार होतो.

आणि मी का जाऊ नये? मी मुलांबरोबर रोलर कोस्टर्स, वॉटर स्लायडर्स, गो कार्ट्स सगळीकडं जात होतो. पितृत्वानं मला स्केट बोर्डपासून ते रोलर ब्लेडसपर्यंत अनेक अतिवेगवान गोष्टींचा परिचय घडवला होता. आता 'सुसाइड हिल' ही तर्कशुद्ध प्रगती होती. 'सुसाइड हिल' ही माझी 'मंजिल' होती.

मी सायरन कॉल ऐकल्यावर रॅन्डीचा फ्लेक्सिबल फ्लायर उसना घेतला आणि भारून गेल्यासारखा त्या दिशेनं निघालो. मुलं गप्पच झाली. वडील मर्यादेपलीकडं निघाले आहेत, याआधी ज्या ठिकाणी कुठलाही मोठा माणूस गेला नव्हता, त्या ठिकाणी निघाले आहेत, हे त्यांना कळलं होतं.

"डॅड," जॉश म्हणाला, "पाइनच्या झाडापाशी बर्फापासून सावध रहा."

"आणि ड्रॅगन कर्व्हनंतरच्या भागातही," रॅन्डी काळजीनं म्हणाला. त्या क्षणी मी सगळ्या पित्यांचा प्रतिनिधी होतो. मुलांना वाटणारी काळजी पाहून मी हसलो. कारण डॅडी सावधगिरी बाळगणारे नसतात. डॅडी धोका पत्करतात.

मी उंच टोकावर उभा राहिलो... दीर्घ श्वास घेतला... दोन पावलं... आणि मी धोक्याच्या जबड्याच्या दिशेनं कूच केलं. पाइनच्या झाडापाशी बर्फाच्या दिशेनं.

"तुझे डॅडी मरणार आता," मी रॅन्डीचा आवाज ऐकला.

"हा ऽ!" मला हसू आलं.

"बेकी, लवकर जा, मॉमला घेऊन ये," जॉशनं बहिणीला ओरडून सांगितलं.

मी बर्फाच्या रस्त्यावरून झूऽमकन निघालो होतो. एक उडी घेऊन मी बराच खालपर्यंत आलो होतो. मला अतिशय आनंद झाला होता आणि त्याच वेळी उरात धडकीही भरली होती. मी ते भलंमोठं ओकचं झाड ज्याला 'द डेथ ट्री' म्हणत असत ते मागं टाकून, झटकन डावीकडं मग उजवीकडं आणि मग पुन्हा डावीकडं वळण घेतलं होतं. स्लेड राईडसना दोन वर्षं उलटून गेली होती, पण त्या आठवणी पुन्हा ताज्या झाल्या होत्या. मी सावध होतो आणि सज्जही. मला माझ्या नाडीचे ठोके ऐकू येत होते.

डावीकडं झूमकन वळण घेताना मला एक भलामोठा खडक दिसला... वाऱ्यापावसाचा सामना करत गुळगुळीत झालेला. मी त्या खडकाभोवती फेरी मारायचं ठरवलं. डावीकडून, उजवीकडून, डावीकडून, उजवीकडून मी स्टिअरिंग बार मागं-पुढं खेचत होतो. माझ्या हृदयातही रक्त आत-बाहेर उसळतंय, असं चित्र नजरेसमोर येत होतं. मी मृत्यूचं अंतिम सत्य स्वीकारलं तेव्हा माझ्या नजरेसमोर एकदम आल्या त्या माझ्या पाचवीच्या बाई – मिसेस फिटझगेराल्ड... जांभळा फुलाफुलांचा पोशाख घातलेल्या. किती छान दृश्य होतं ते!

त्यानंतर अकस्मात जोराच्या आवाज झाला आणि माझी स्लेज आणि मी

एकदम उसळलो. आम्ही त्या खडकावर होतो! त्या क्षणी मला 'वार्प स्पीड' या शब्दाचा अर्थ कळला.

मी जमिनीवर आदळलो तेव्हा मनात विचार आला, माणूस त्याच्या शरीरात हवा नसेल, तर किती काळ जिवंत राहू शकेल? पण ही वेळ ऑक्सिजनबद्दल भावूक होण्याची नव्हती. मार्गाला डावीकडं वळण होतं. वेग कमी कर, माझा मेंदू मला बजावत होता.

मी बर्फात पायांची पकड मिळवण्याचा प्रयत्न करत होतो, त्या प्रयत्नात माझा बूट निघाला, डावा घोटाही दुखावला; पण मी सोबत जे जादा दहा पौंड आणले होते, ते कामी आले. त्यांनी मला वळण पार करताना मदत केली.

मी तिथून पार झालो, पण पुढं काही अंतरावर माझी स्लेज बर्फात गडगडत गेली.

काही क्षण मी माझ्याच श्वासाचा आवाज ऐकत होतो... जिवंत श्वास... डॅडींचा श्वास.

मी मान उचलून पाहिलं तेव्हा स्की जॅकेट घातलेली अर्धा डझन मुलं उतारावरून पळत माझ्याच दिशेनं येत होती. रॅन्डी माझे बूट घेऊन येत होता.

''डॅड, तुम्ही ठीक आहात ना?'' जोश ओरडून विचारत होता.

मी त्याला अंगठा उंचावून ठीक असल्याचं सांगितलं.

''मॉम, ते ठीक आहेत.'' जॉशनं मागं वळून आवाज दिला.

त्यानंतर माझ्यासाठी कोको आला, माझ्या घोट्याला बांधायला पट्टी आली... आणि बरंच काय-काय घडलं.

''डॅडी, तुम्ही मजेशीर दिसत होता,'' रिबेका म्हणाली. जसं काय मी मुलांसाठी विदूषकी चाळेच करून दाखवले होते.

रात्री जॉश झोपाळू आवाजात म्हणाला.,

''डॅड, यू वेअर ऑसम ऑन सुसाइड हिल.''

''थँक्स. मित्रा,'' मी त्याच्या डोक्यावर थोपटत म्हणालो.

मी काही 'ऑसम' हा शब्द वापरला नसता, कारण टेकडीवरून खाली उतरण्याचा माझ्या साहसासाठी हा शब्द पुरेसा नव्हता. मला दवाखान्यात दाखल करायची वेळ आली होती, माझ्या जीवाला धोका होता, त्यामुळं एका शब्दात ते वर्णन आलं नसतं; पण जॉश प्रभावित झाला होता, याबद्दल मी त्याला दोष देऊ शकत नाही. मीच अत्युत्तम डॅडीची कर्तबगारी दाखवली होती.

जॉशनं डोळे मिटले, तो हसला आणि पुन्हा त्याच्या चपळ डॅडींच्या स्वप्नात बुडाला. त्याच्या चेहऱ्यावर पडलेलं चांदणं पाहताना, मी पुन्हा आणखी एका कड्यापर्यंत येऊन पोहोचलो.

मी भावनांच्या आवर्तात गुरफटलो होतो. मला जॉशला सांगायचं होतं की, 'सुसाइड हिल'वरून उतरण्यापेक्षा पितृत्व अधिक 'ऑसम' असतं. मला त्याला सांगायचं होतं की, पितृत्वातही अनेक अनपेक्षित वळणं येत असतात, त्या सगळ्यासाठीही स्पर्धेतल्यासारखीच चपळता लागते.

पण त्या दिवशी बेडरूममध्ये विश्रांती घेत असताना मी विचार करत होतो, त्याच्या भूतकाळाचा आणि भविष्याचाही. मी त्याच्यासाठी जे काही केलं त्याबद्दल मनात अभिमान होता आणि जिथं मला अपयश आलं, त्याबद्दल मनात विनम्रता होती. मी पुन्हा त्या स्लेजवर उभा होतो.... आनंद आणि दुःखाची द्वारं पार करत. माझ्या चेहऱ्याला वाऱ्याचा स्पर्श जाणवत होता.

– *ह्यूग ओंनील*

३

वडिलांची सुज्ञता

माझे वडील मला एक गोष्ट नेहमी सांगायचे. माझं यशस्वी होण्याचं सूत्र त्यावरच आधारित आहे. ती गोष्ट म्हणजे, तुम्ही इतर कुणापेक्षा अधिक चांगलं होण्याचा कधीही प्रयत्न करू नये; पण तुम्ही स्वत: सर्वोत्तम होण्याचा प्रयत्न कधीही सोडू नये.

– जॉन वूडन

नवा दृष्टिकोन

मी लहान असताना आयुष्यातील कुठल्याही संकटाकडं वेगळ्या दृष्टिकोनातून पाहण्यासाठी कायम माझ्या डॅडवर अवलंबून असायचो, मग तो मोडलेल्या पायाचा विषय असो की, भंगलेल्या हृदयाचा! पुढं बऱ्याच वर्षांनी मी माझ्या वैयक्तिक आयुष्यातल्या संकटमालिकेमुळं उद्ध्वस्त झालो होतो. अतिशय असाहायपण घेरून आलं होतं, डोकंच चालत नव्हतं, त्या वेळी मी माझ्याजवळचे शेवटचे तीनशे डॉलर्स खर्चून डॅडना भेटायला फ्लोरिडाला गेलो.

माझ्या तिथल्या वास्तव्यात अखेरच्या दिवशी सायंकाळी आम्ही मेक्सिकोच्या आखातात मावळतीकडं झुकलेला सूर्य पाहात धक्क्यावर उभे होतो. माझ्या मनात कडवट भावना मावत नव्हत्या. मी डॅडना म्हणालो,

"यू नो, डॅड, आपण आपल्या आयुष्यात अनुभवलेले सगळे सुंदर क्षण एकत्र जमवून ते एका ओळीत मांडले, तर ही मालिका वीस मिनिटांचीसुद्धा होणार नाही."

त्यावर ते फक्त म्हणाले, "होय."

मी सुन्नपणे त्यांच्याकडं पाहिलं. ते अजूनही क्षितिजावरचा सूर्य निरखत होते. त्यानंतर ते माझ्या डोळ्यांत पाहात शांतपणे म्हणाले,

"पण ते मौल्यवान आहेत ना?"

– सीन कॉक्सी

अंकल बन

अंकन बन हे समोरच्याला भारून टाकणारं व्यक्तिमत्त्व होतं. ते आमच्याकडं वरचेवर येत नसत; पण माझ्या बालपणाच्या काळात – १९४० व १९५०च्या दशकात – त्यांचं आमच्याकडं अधून-मधून येणं सारं काही बदलून टाकत असे, मग ते कितीही काळ येवोत!

मी आठ भावंडांतला एक होतो. आमचा आवडता खेळ म्हणजे चिखलाचे गोळे करणं, चमचमत्या आणि 'जून बग्ज'शी खेळणं आणि कोंबड्यांच्या जुन्या खुराड्यात प्लेहाउस बांधणं.

आमच्यादृष्टीनं अंकल बन जगभ्रमंती करणारा माणूस होते. ते जेव्हा-जेव्हा आमच्याकडं यायचे, तेव्हा-तेव्हा ते कुठं जाऊन आले, त्यांना कोण-कोण माणसं भेटली याबद्दल सांगायचे. त्यांनी आम्हा सर्वांनाच आयुष्याचा नवा दृष्टिकोन दिला. ते नेहमी आमच्यापैकी प्रत्येकासाठी छानशी भेटवस्तू आणायचे. कधीकधी आम्ही गावातल्या छोट्या दुकानात जायचो, तिथं ते पेनी कॅन्डीची आख्खी तपकिरी पिशवीच विकत घ्यायचे. मी लहान होते, त्या वेळी मला ती पिशवी केवढी मोठीच्या मोठी वाटायची!

अंकल बन कधी येणार ते आम्हाला आधी माहीत नसायचं. त्यांचं जे काही 'करिअर' होतं, त्यामुळं त्यांना पुढचे बेत आखणं शक्य व्हायचं नाही, ते कामात बुडालेले असतात, अशी माझी समजूत होती. कधीकधी ते स्वत: येण्याऐवजी खासम्खास आश्चर्यांनी भरलेली मोठीच्या मोठी पेटी पाठवायचे. त्या वस्तू आम्ही कधी पाहिलेल्याही नसत. आम्ही तो प्रेमानं पाठवलेला, तपकिरी कार्डबोर्डनं आच्छादलेला खजिना पाहायचो, तेव्हा इतका आनंद व्हायचा... यापेक्षा जास्त आनंद कुठल्याच मुलानं अनुभवला नसेल!

तेव्हा मला वाटायचं की, इतक्या छान-छान गोष्टी घेणं परवडणारे अंकल बन किती श्रीमंत असतील! मनात या उत्साही आणि उदार अंकलची माझ्या वडिलांशी

तुलना झाल्यावाचून राहायची नाही. माझे वडील म्हणजे साधं आयुष्य जगणारी साधी व्यक्ती होते; शिशाच्या खाणीत काम करणारे आणि बऱ्याच प्रकारची कामं करून कुटुंबाचा उदरनिर्वाह सांभाळणारे. माझं डॅडवर खूप प्रेम होतं. ते चांगला माणूस आहेत, हे मला माहीत होतं; पण त्यांच्या या डोळ्यांत चमक असलेल्या चेहऱ्यावर रुंद हास्य असलेल्या आणि भारून टाकणाऱ्या कथा सांगणाऱ्या, सदासुखी भावाच्या तुलनेत त्यांचं आयुष्य अगदीच अनाकर्षक होतं.

अंकल बन नेहमी येण्याआधी एक-दोन दिवस फोन करायचे. डॅड फोन ठेवल्या-ठेवल्या आम्हाला ही खबर द्यायचे, त्या क्षणापासूनच आम्ही रोमांचित व्हायचो. आम्हाला अंकल बन आवडायचे. आम्ही आमच्या दैनंदिन विश्वातून त्यांच्या स्वागतासाठी घेतल्या जाणाऱ्या या 'ब्रेक'ची आम्ही वाट पाहात असायचो.

मी लहान होते त्या वेळी मला हे माहीत नव्हतं की, अंकल बनचा फोन आला की, डॅडी गावात जायचे आणि त्यांनी बाजूला टाकलेले चार पैसे त्यांना पाठवायचे. अंकल बननी आमच्यासाठी खर्चलेली पैन्पै खरं तर माझ्या वडिलांचीच असायची.

जसजसा काळ पुढं सरकला तसतशा एकेक गोष्टी लक्षात येऊ लागल्या अंकल बन बराचसा प्रवास रेल्वेनं करायचे... मालवाहू डब्यातून विनातिकीट तसंच त्यांच्या कथा असायच्या त्या त्यांच्या सहप्रवाशांच्या... आणि त्या जरासं तिखट-मीठ लावून सांगितलेल्या असत.

अंकल बननी हा जीवनमार्ग का निवडला होता, ते मला कधीच कळणार नाही किंवा माझ्या डॅडनी इतकी वर्षं हे गुपित का ठेवलं, तेही समजणार नाही. पण मला एक गोष्ट मात्र समजलीय डॅड, स्वतःच साऱ्याचं श्रेय अगदी सहज घेऊ शकले असते, अशा परिस्थितीत त्यांनी वर्षानुवर्षं ही निःस्वार्थी कृती केली. डॅड स्वतः ज्या ठिकाणी कधी गेलेसुद्धा नव्हते, त्या ठिकाणांहून आणलेल्या भेटवस्तू त्यांनी आम्हाला अंकल बनमार्फत दिल्या आणि आमच्यातर्फे अंकल बनना कुटुंबाचं सदस्य होता आलं. त्यांच्या एकाकी आयुष्यात त्यांना जे प्रेम कधीही मिळालं नाही ते प्रेम त्यांना आमच्या घरी मिळालं.

त्याबद्दल कधी एकही शब्द न बोलणाऱ्या माझ्या वडिलांकडून मी निःस्वार्थ, बिनशर्त प्रेम म्हणजे काय ते शिकले.

– जॅन नेशन्स

कधीकाळी मुलगा... आता पिता

हिवाळ्यातल्या एका सायंकाळी मी वाचनात गुंग असताना माझा लहान मुलगा ल्यूक माझ्याजवळ येऊन बुजरेपणे उभा राहिला. मी जपून ठेवलेल्या जुन्या पितळी स्टुडंट लॅम्पच्या प्रकाशाच्या अर्धचंद्राबाहेर तो उभा होता. हा जुना दिवा कधीकाळी माझ्या डॉक्टर वडिलांच्या ऑफिस डेस्कवर उजेड देत असे.

त्या काळी, मी वाचत असलो की, ल्यूक त्याच्या सर्वाधिक गंभीर समस्या घेऊन माझ्याकडं येत असे. मागच्या वर्षी, मी बागेत काम करायचो, तेव्हा तो असाच येत असे. कदाचित, तो जे काम करणार असायचा तेच काम मी करत असताना त्याला समस्या बऱ्याच सोप्या वाटत असाव्यात. त्याला झाडं वाढवण्यात रस वाटू लागला, तेव्हा तो बिया लावायला शिकला आणि दुसऱ्याच दिवशी सकाळी त्या उगवल्या आहेत का, हे पाहण्यासाठी खणून न काढता, त्या जमिनीतच ठेवायलाही शिकला. आता त्याला स्वत:चं स्वत:ला वाचायचं होतं... अर्थात ते त्याला येतं, हे तो माझ्यासमोर कबूल करणार नाही!

मी पेपरमधून डोकं वर काढून पाहिलं, तेव्हा तो माझ्याकडं पाहात तोंडभरून हसला. मग अचानक त्याच्या चेहऱ्यावर एकदम गंभीर भाव उमटले.

"मी करवत मोडली," असं म्हणून त्यानं पाठीमागं धरलेली करवत दाखवली, "इथं मोडलीय."

मला ती दुरुस्त करून जोडता येते का, हा प्रश्न त्यानं विचारला नाही. मला हे काम येणारच याबद्दलचा त्याचा विश्वास ही मला मिळालेली पावतीच होती... तीन चाकी सायकली, गाड्या, निरनिराळी खेळणी जोडणाऱ्या जादूगाराला मिळालेली पावती!

त्याच्या हातातल्या करवतीची निळी प्लॅस्टिकची मूठ मोडली होती. सर्व व्यावसायिकांच्या हत्यारांचा खजिना बाळगणाऱ्या माझ्या वडिलांना अशी प्लॅस्टिकच्या मुठीची करवत अजिबात आवडली नसती.

"याचे सगळे तुकडे नाहीत. आहेत का तुझ्याजवळ?"

मग त्यानं मिटलेली मूठ उघडली. त्याच्या हातात त्या मुठीचे उरलेले तुटके अवशेष होते. आता ही करवत पुन्हा नीट कशी जोडायचं, ते मला समजत नव्हतं.

तो अगदी आशेनं माझ्याकडं पाहात होता. मी काहीही करू शकतो, याबद्दलचा पूर्ण विश्वास त्याच्या चेहऱ्यावर वाचता येत होता. त्याच्या चेहऱ्यावरचे ते भाव मला आठवणींच्या प्रदेशात घेऊन गेले. मी अगदी काळजीपूर्वक ती करवत न्याहाळली, करवतीचे मोडके तुकडे हाताळत असताना माझं मन भूतकाळात गेलं....

मी सात वर्षांचा होतो, तेव्हाची गोष्ट आहे. नोव्हेंबर महिना होता. शाळा सुटल्यानंतर एके दिवशी मी वडिलांच्या ऑफिसमध्ये गेलो होतो. आम्ही ओहिओ रिव्हर या लहानशा गावात राहायचो. माझे वडील डॉक्टर होते. आमच्या गावापासून हजार मैलांच्या परिघातले ते सर्वोत्तम डॉक्टर होते. त्यांचं वागणं पाहून मी नेहमीच स्तिमित व्हायचो आणि ते जे काही करू शकत असत, त्यामुळं त्यांचे रुग्णही! ते कुणाचाही कसलाही आजार तर बरा करतच असत. शिवाय घोडेस्वारी करत असत, माझ्या स्लेजवर उभं राहून लाँग हिलवरून खाली घसरत येत असत! मला त्यांच्या वेटिंग रूममध्ये फिरायला फार आवडायचं. लोक मला 'लिट्ल डॉक' म्हणायचे तेही आवडायचं आणि त्यांचे रुग्ण तिथून बाहेर पडताना आधीच्यापेक्षा टवटवीत दिसायचे, तेही मला आवडायचं.

पण त्या दिवशी मी तिथं आलो होतो, ते माझ्या सर्वांत जिवलग मित्राला –

जिमी हार्डेस्टीला – भेटायला. तो तीन दिवस शाळेला आला नव्हता. त्याच्या आईनं माझ्या वडिलांच्या दवाखान्यातल्या नर्सला निरोप पाठवला होता की, आज जमलं तर जिमीला डॉक्टरांना दाखवायला आणते.

दुपारी शेवटचा रुग्ण परत गेला, तरी अजून जिमी आला नव्हता. त्यानंतर मी आणि डॅड 'हाउस कॉल्स'साठी बाहेर पडलो. डॅडींना मी त्या वेळी त्यांच्यासोबत असे, कारण वाटेत गाडीत त्यांना गोष्टी सांगायला आवडायचं. सगळे 'कॉल्स' झाले तेव्हा संध्याकाळचे सात वाजायला आले होते. आम्ही घरी जायला निघालो तेव्हा डॅड अचानक म्हणाले, ''आपण जिमीला बघायला जाऊ या.''

मी कृतज्ञतेनं अवघडल्यासारखा झालो. माझे वडील केवळ मला बरं वाटावं म्हणून हे करत होते. आम्ही जिमीच्या जुन्या करड्या दगडी घराजवळ आलो, तेव्हा वरच्या मजल्यावर पाठीमागच्या खिडकीत दिवा दिसला आणि मागच्या पोर्चमध्येही... संकटाची प्राचीन खूण!

माझ्या वडिलांनी थेट त्यांच्या दाराशी गाडी थांबवली. आम्हाला पाहताच जिमीची मोठी बहीण ॲलीस घरातून धावत बाहेर आली आणि माझ्या वडिलांच्या गळ्यात पडून रडू लागली. तिचं सर्वांग थरथरत होतं. ती बोलायचा प्रयत्न करत होती.

''ओह, डॉक. जिमी शेवटच्या घटका मोजतोय! डॅड, तुम्हाला सगळीकडं शोधायतायत. तुम्ही आलात ते फार-फार बरं झालं.''

माझे वडील कधीही धावाधाव करायचे नाहीत. ते नेहमी म्हणायचे की, घाई करायचं काहीही कारण नाही; पण आता त्यांनी ॲलिसला बाजूला केलं आणि ते आत धावले. यीस्टचा वास भरून राहिलेल्या स्वयंपाकघरातून ते धावतच अरुंद, अंधाऱ्या जिन्यावरून वर गेले. मीही त्यांच्यामागोमाग गेलो. जिमीचा श्वास अतिशय जलद झाला होता. त्याला घरघर लागली होती. त्याच्या अंगावर गोधड्यांचा ढीगच होता, त्यामुळं रॉकेलच्या दिव्यांच्या मंद उजेडात मला जेमतेम त्याचा चेहरा दिसत होता. तो अगदी सुकून गेला होता. त्याची त्वचा चकाकत होती.

त्याची आई म्हणाली, ''ओह, डॉक. काहीतरी करा. त्याला फक्त जराशी सर्दी झाली होती आणि आज दुपारपासून हा असा भयंकर घाम येतोय त्याला.''

मी जिमीच्या आईला याआधी कधी असा बिनाएप्रनचं पाहिलं नव्हतं. ती माझ्यामागं उभी होती. तिचे दोन्ही हात माझ्या खांद्यावर होते. माझे वडील जिमीची छाती तपासत होते. मग त्यांनी इंजेक्शनची तयारी केली. त्यांनी सुई वर उजेडात धरली होती. आता चमत्कार घडणार याची मला खातरी होती. माझ्या वडिलांनी जिमीला इंजेक्शन दिलं. त्यानंतर त्यांनी त्यांच्या काळ्या पेटीतून 'गॉज पॅड' काढलं आणि जिमीच्या तोंडावर ठेवलं. त्यानंतर ते जिमीवर झुकून त्याच्यासोबत श्वासोच्छ्वास करू लागले. त्या खोलीत सगळे स्तब्ध होते. माझ्या वडिलांच्या संथपणे श्वास

भरण्याचा आणि त्याला जिमीचा मोठ्यानं घरघरत प्रतिसाद देण्याचा आवाज सोडला, तर बाकी नीरव शांतता होती.

त्यानंतर अकस्मात, माझ्या वडिलांच्या एकट्याच्या श्वासोच्छ्वासाचा भयानक आवाज तेवढा उरला. त्याच्या आईची माझ्या खांद्यावरची पकड घट्ट होताना मला जाणवत होती. काहीतरी घडलंय हे तिनं ओळखलं होतं; पण माझे वडील जिमीच्या फुफ्फुसात जीव ओतायचा प्रयत्न करतच होते.

असा बराच वेळ गेला.

अखेर मिसेस. हार्डेस्टी बिछान्याजवळ गेल्या आणि माझ्या वडिलांच्या हातावर हात ठेवत अतिशय शांतपणे म्हणाल्या,

"तो गेलाय, डॉक. कम अवे! माझा मुलगा आता आपल्यात नाही."

पण माझे वडील जागचे हलले नाहीत.

मग मिसेस. हार्डेस्टी माझा हात धरून तिथून बाहेर पडल्या. आम्ही खालच्या मजल्यावर स्वयंपाकघरात आलो. तिथं त्या झुकत्या खुर्चीत बसल्या. ॲलिस त्यांच्या मांडीवर कोसळली. तिच्या नजरेत जे दुःख साकळलं होतं, तितकं तीव्र दुःख मी आजवर कधी पाहिलं नाही. मी बाहेर पोर्चमध्ये जाऊन तिथल्या थंडगार अंधारात वरच्या पायरीवर बसून राहिलो. मला कुणीही आपल्याला पाहू अगर ऐकू नये, असं वाटत होतं.

मिस्टर. हार्डेस्टी परत आले तेव्हा दारात आमची गाडी बघून ते घरात आले. त्यानंतर काही वेळातच आतून आवाज कानी येऊ लागले. मग काही वेळ शांतता पसरली... मग पुन्हा आवाज येऊ लागले. अखेर माझे वडील बाहेर आले. मी त्यांच्यामागून गाडीत जाऊन बसलो. परत जातानाचा रस्ता खूप एकाकी होता, ते माझ्याशी एकही शब्द बोलले नाहीत. आणि मीही त्यांना काहीही म्हणण्याचा धोका पत्करू शकत नव्हतो. माझं काळीज विदीर्ण झालं होतं.

आम्ही घरी न जाता डॅडच्या ऑफिसमध्ये गेलो. तिथं डॅड त्यांची पुस्तकं चाळू लागले. ते बहुधा आपल्याला काय करता येऊ शकलं असतं, ते शोधत असावेत. मला त्यांना रोखावंसं वाटत होतं; पण कसं तेच समजत नव्हतं. रात्र कशी सरणार होती कोण जाणे! अधूनमधून मला रडू कोसळत होतं... आवरतच नव्हतं. तितक्यात दाराजवळ कुणाची तरी चाहूल लागली म्हणून मी बाहेर गेलो. आत्ता जे कुणी आलं असेल त्याच्याबद्दल मला कृतज्ञ वाटत होतं. आमच्यासारख्या समाजात जीवनाचा आरंभ आणि अखेर होण्याच्या बातम्या खूप जलद आणि दूरवर पसरतात. माझी आई आमच्या काळजीनं तिथं आली होती.

तिनं खाली वाकून मला जवळ घेतलं आणि माझ्या डोक्यावर थोपटलं. मी तिला बिलगलो... मी अगदी लहान होतो. त्यानंतर मी तिला कधी बिलगलोच नव्हतो.

''ओह ममा, तो का वाचला नाही? का वाचला नाही?'' मी तिच्या खांद्यावर डोकं टेकून रडत होतो.

माझा आवेग ओसरेपर्यंत ती माझ्या पाठीवरून हात फिरवत होती.

मग मी शांत झाल्यावर ती म्हणाली, ''तुझे वडील तुझ्यापेक्षा मोठे आहेत, पण जन्म-मृत्यूपेक्षा नाही. ज्या गोष्टी ते करू शकत नाहीत, त्यामुळं त्यांच्याबद्दलचं आपल्या मनातलं प्रेम कमी होत नाही. प्रेम जे समोर येईल, ते स्वीकारतं... मग ते काहीही असलं तरी.''

त्या वेळी मला तिच्या बोलण्याचा अर्थ कितपत कळला कोण जाणे; पण तिच्या बोलण्याचं महत्त्व मात्र मला समजलं होतं.

त्यानंतर ती माझ्या वडिलांकडं वळली.

त्या वर्षीचा हिवाळा सरता सरत नव्हता... या गोष्टीला आता इतका काळ लोटला आहे; पण ती आठवण क्षणार्धात नजरेसमोर सरकून गेली.

मी ल्यूकच्या मोडक्या करवतीचे तुकडे उलटे-पालटे करत बसलो होतो. अखेर मी त्याला म्हणालो, ''मला हे नाही दुरुस्त करता येत.''

''तुम्हाला येईल.''

''नाही रे, नाही जमत. आय ॲम सॉरी.''

त्यानं माझ्याकडं पाहिलं. त्याच्या चेहऱ्यावरचा तो प्रचंड आत्मविश्वास कोमेजला होता. त्याच्या खालचा ओठ थरथरत होता आणि तो अश्रू रोखण्याचा आटोकाट प्रयत्न करत होता.

मी त्याला मांडीवर घेऊन त्याचं माझ्या सर्वशक्तिनिशी सांत्वन केलं. त्याची करवत मोडली होती आणि त्याच्या मनातली 'आदर्श' प्रतिमाही चूरचूर झाली होती, त्यामुळं तो दु:खी होता. हळूहळू त्याचं रडणं थांबलं. त्याच्या नजरेत स्वत:ची सामान्य मर्त्य मानवासारखी प्रतिमा पाहताना मला किती खिन्नता घेरून आली आहे हे त्याला समजलं आहे, याची मला खातरी होती, कारण तो माझ्या गळ्याभोवती हात टाकून काही वेळ मला तसाच बिलगून राहिला होता.

तो माझ्याकडं थेट आणि मैत्रीपूर्ण कटाक्ष टाकून खोलीतून बाहेर पडला. बाहेर माझी आई त्याच्याशी बोलत होती, ते माझ्या कानावर पडत होतं. आई तिच्या खास शैलीत त्याला सांगत होती की... प्रेम बिनशर्त असतं.

कधीकाळी मी मुलगा होतो... आता पिता होतो.

त्या शोधाच्या अपरिमित दु:खातूनच समजुतीचा पहिला मंद किरण उगवला होता, हे मला चांगलंच ठाऊक होतं.

– डब्ल्यू. डब्ल्यू. मीड

'बीच बॉल'

कारमधून जाताना मी माझ्या मुलीचं दुःख ऐकत होतो. तिच्या एका 'मैत्रिणी'नं स्वत:ची किंमत वाढवायचं ठरवलं होतं आणि तेसुद्धा बेट्सीचा बळी देऊन. त्यामुळं ती दररोज शाळेत बेट्सीचा इतर मुलांसमोर पाणउतारा करण्याची संधी शोधत असायची. ती बेट्सीच्या कपड्यांची, तिच्या दिसण्याची किंवा बेट्सी काही बोलली की त्याची चेष्टा करायची. तिच्यामुळं माझ्या पोरीचं आयुष्य दुःखद झालं होतं. काही लहान मुलं वागतात अशी!

"शाळेत जाताना माझ्या मनात कायम काळजी असते की, आता ती काय करेल! ती माझ्याशी असं का वागते, ते समजत नाही. कधीकधी तर मला वाटतं मी इथं राहिलेच नाही तर ती काय करेल?"

"तुला काय म्हणायचंय?" मी विचारलं. मला या प्रश्नाचं उत्तर यायला नको होतं.

"म्हणजे... समजा, मला काहीतरी झालं आणि मीच इथं उरले नाही तर? माझं जीवन दुःखी आहे. मी इथं उरले नाही, तरी कुणालाच फरक पडणार नाही."

हे ऐकून माझ्या देहातून भीतीची लहर सरसरत गेली. मी स्वत:ला सावरून तिला म्हणालो,

"मला फरक पडेल. तुझ्या मॉमला फरक पडेल. आमचं तुझ्यावर प्रेम आहे. तू आमची गोड छकुली आहेस. आम्हाला तुझी खूप आठवण होईल."

आमचं बोलणं इथंच संपलं, कारण घरी जाऊन झोपायची वेळ झाली होती.

त्या रात्री मी बेट्सी काय म्हणाली, ते माझ्या पत्नीला – नॅन्सीला – सांगितलं. आपल्या पिल्लावर झालेल्या हल्ल्याचा बदला घेऊ इच्छिणाऱ्या 'ममा बेअर'सारखी अवस्था झालेली नॅन्सी म्हणाली,

"आपण तिला बोलतं करत राहायला हवं. हे सगळं तिनं आतल्या आत दाबून ठेवू नये, यासाठी आपण काहीतरी मार्ग शोधायला पाहिजे."

त्या रात्री आम्ही या संदर्भात काय करता येईल, याबद्दल बराच वेळ बोलत होतो.

दुसऱ्या दिवशी रात्री जेवताना मी बेट्सी, आमचा मुलगा अॅन्डी आणि त्यांची मॉम या तिघांनाही मला त्यांच्याशी एका विषयावर बोलायचं असल्याचं सांगितलं.

''मागच्या आठवड्यात श्रीयुत टेवेल (आमचे 'मिनिस्टर') नी 'बीच बॉल'बद्दल काय सांगितलं ते आठवतंय?'' मी विचारलं.

टॉम टेवेलनी त्यांच्या प्रवचनात 'बीच बॉल'बद्दल सांगितलं होतं. ते म्हणाले होते, 'बीच बॉल' किती हलका असतो, वाऱ्याच्या लहानशा झोतानंसुद्धा उडून जातो.' त्यांनी आम्हाला सांगितलं होतं. तुम्ही एखाद्या पोहण्याच्या तलावात सर्वांत खोल भागात बुडी घेताय आणि हाच बीच बॉल पाण्याखाली तुमच्या पायांत धरून ठेवण्याचा प्रयत्न करताय, अशी कल्पना करा. काही वेळासाठी तुम्हाला हे नक्की जमेल; पण त्यानंतर मात्र दोन गोष्टी घडू शकतील, तुम्हाला इतका वैताग येईल की, तुम्ही तो बॉल सोडून द्याल आणि तो उसळी घेऊन पृष्ठभागावर येईल. किंवा वाईटात वाईट म्हणजे, तुम्हाला तो बॉल लपवून ठेवण्याच्या प्रयत्नात इतका वैताग येईल की, कदाचित तुम्हीच बुडून जाल.

टॉम म्हणाले, 'तुम्ही हा बीच बॉल म्हणजे समस्या समजा किंवा तुमचं एखादं खोटं बोलणं अथवा कृती समजा, जी इतर कुणालाही कळू नये, असं तुम्हाला वाटत असतं. आपण ती गोष्ट लपवून ठेवण्याचा प्रयत्न करतो. आपण त्या बीच बॉलवर आपली सगळी शक्ती, आपलं सगळं लक्ष एकवटतो. त्यामुळं आपलं आयुष्य क्लेषकारक बनतं; पण तेच जर आपण हा बॉल दिवसाच्या उजेडात पृष्ठभागावर येऊ दिला, तर तो फक्त एक प्लॅस्टिकचा तुकडा उरतो आणि अखेर तो वाहूनही जातो.

या कथेचं तात्पर्य काय, हा प्रश्न मुलांच्या चेहऱ्यावर उमटला होता. मग मी त्यांना सांगितलं की, कधीकधी आपल्या सगळ्यांसमोर अशी परिस्थिती उभी असते की, आपल्याजवळ आपापले बीच बॉल असतात आणि आपण ते लपवत असतो.''

मग आम्ही त्यांना सांगितलं की, आपण अगदी आत्तापासून एक पद्धत सुरू करायची... जेव्हा-जेव्हा तुम्हाला असं वाटेल की, तुम्ही अमुक एक गोष्ट आम्हाला कधीही सांगू शकणार नाही, त्या वेळी तुम्ही आमच्याकडं यायचं आणि म्हणायचं ''माझ्याकडं बीच बॉल आहे.''

आम्ही त्यांना कबूल केलं की, आम्ही चोवीस तास तुमच्यासाठी एक गोष्ट करू... ती म्हणजे तुमचं ऐकून घेऊ. आम्ही तुमच्यावर ओरडणार नाही. न्यायनिवाडा करणार नाही, सल्ला देणार नाही... आम्ही फक्त तुमचं म्हणणं ऐकून घेऊ. आणि चोवीस तास उलटल्यानंतर तुम्ही या परिस्थितीतून कसे बाहेर आलात याबद्दल

तुमच्याशी चर्चा करू; पण जेव्हा-जेव्हा तुमच्याकडं बीच बॉल असेल तेव्हा-तेव्हा तुमचं ऐकून घेण्यासाठी आम्ही सदैव तत्पर असू.

बरीच वर्षं उलटली. यादरम्यान आमच्यासमोर बरेच बीच बॉल आले... साधारणपणे रात्री उशिरा. त्यातले काही जास्त क्लेषकारक होते. काही मजेशीर होते. अशा वेळी आम्ही ऐकताना हसे रोखण्याचा प्रयत्न करायचो. त्यातले काही आमच्या कानापर्यंत कधी पोहोचलेच नाहीत; पण ते आमच्या मित्रपरिवाराच्या कानावर गेले. आमच्या मुलांचा त्यांच्यावर विश्वास होता ना! आम्ही चोवीस तासांचा नियम कायमच बंधनकारक मानला. आम्हाला त्यांचं बोलणं ऐकत असताना प्रतिक्रिया देण्याचा मोह कितीही अनावर झाला तरी आम्ही आमच्या शब्दाला कायम जागलो.

आता दोन्ही मुलं मोठी झाली आहेत. अजूनही अधूनमधून त्यांच्याकडं बीच बॉल्स असतील, याची मला खातरी आहे. ते आपल्या सगळ्यांकडंच असतात; पण आम्ही आजही त्यांचं ऐकून घ्यायला हजर आहोत, हे त्यांना माहीत आहे. हा तर फक्त एक बीच बॉल असतो... हलक्या प्लॅस्टिकचे काही तुकडे एकत्र चिकटवून तयार केलेला... तुम्ही सोडून दिलात की दूर उडून जाणारा.

– जेफ बॉहनी

पुढं 'पास' करा!

लोकांना कसं वागवावं याबद्दल माझे वडील कधीही माझ्याशी बोलले नाहीत. मी दुसऱ्या माणसाप्रती केलेली प्रत्येक सहृदय कृती हा फक्त माझा वडिलांचं अनुकरण करण्याचा प्रयत्न होता.

– पामेला मॅकग्रू

शुक्रवारचा दिवस होता. त्यामुळं स्कूलबसनं मला घरापाशी आणून सोडलं की, माझ्या दिवसातला सर्वोत्तम भाग सुरू होणार या विचारानं मला हायसं वाटत होतं. मी घरापाशी उतरल्यानंतर पावसाचे थेंब अंगावर झेलत पळतच घरात गेले.

''डॅड, मी आले, मी तयार आहे!''

माझे डॅड बेसमेंटमधून वर आले. त्यांच्या हातात वाळलेल्या कपड्यांच्या घड्या होत्या. त्या त्यांनी खाली ठेवल्या. मी माझे केस झाकण्यासाठी छत्री शोधू लागले. माझ्या ब्यूटिशिअन आईनं आदल्याच रात्री मला केसांची ही स्टाईल बनवून दिली होती. डॅड 'ब्लू क्रॉस ॲन्ड शिल्ड'मध्ये काम करायचे. ते कायम माझ्याआधी अर्धा तास घरी आलेले असत. ते मला डॅर्लिनकडं सोडणार होते आणि मग आम्ही तिच्या गाडीतून मॉलमध्ये जाणार होतो. डॅर्लिन सतरा वर्षांची होती... माझ्यापेक्षा एक वर्षानं मोठी.

''जेन्ना, चल.''

''ओके!'' मी आनंदानं निघाले. माझी केशरचना छत्रीखाली झाकली गेली होती; पण डॅडच्या लांब, खुल्या सोनेरी केसांत पाऊस झिमझिम बरसत होता.

''मला नायकीचा जोड घ्यायचा आहे आणि सँडल्ससुद्धा,'' मी डॅडना म्हणाले.

''जेन्ना, तू फक्त रबरी तळव्याचे बूट घ्यावेस.''

"डॅड... मॉमनं मला तिचं चार्ज कार्ड दिलंय. मग दोन्ही का नाही घ्यायचं?"

"जेन, इतकी स्वार्थीपणे वागू नकोस," डॅड म्हणाले.

"पण मी तर एकुलती एक आहे ना!" मी त्यांना मजेनं म्हणाले, "मी स्वार्थी असायला नको?"

आम्ही I - 49वरून 'मार्केटप्लेस मॉल'च्या दिशेनं निघालो होतो.

"उगीच ते माझ्या गळी उतरवू नकोस, बाळा," ते हसून म्हणाले.

डॅडी मला चांगलं ओळखत होते. मी मॉमकडून माझ्या मनाजोगतं करून घेऊ शकले असते, पण डॅडना पटवणं सोपं नव्हतं. ते नेहमी जबाबदाऱ्यांबद्दल आणि असलंच काय-काय बोलत असायचे. डॅडींकडून सँडल घ्यायला परवानगी कशी मिळवायची, याचा विचार माझ्या मनात घोळत होता, त्याच वेळी मला ट्रकचा वेग कमी झाल्याचं जाणवलं. सगळ्या बाजूनं वाळू तडतडत उडत होती. डॅडनी टोयोटा एक्स्प्रेसवेच्या कडेला घेतली.

"काय झालं डॅड, आपण का थांबतोय?" मी विचारलं.

"मागं ती बाई बघ, ती अडचणीत आहे असं वाटतंय."

"कोणती बाई?"

"मागं तो छोटा एस टेन पिकअप दिसतोय?"

मी मागं वळून मानेला ताण देऊन पाहिलं. रस्त्याच्या कडेला एक छोटा पांढरा ट्रक उभा होता.

"हो, दिसतोय," मी वैतागानं म्हणाले.

"त्या ट्रकमध्ये एक बाई आहे. तो ट्रक नादुरुस्त झालेला दिसतोय, त्यामुळं त्या बाईला मदतीची गरज आहे."

"शीऽ डॅड, आपणच थांबून तिला कशाला मदत करायला हवी? दुसरं कुणीतरी करेल ना," मी म्हणाले.

त्यावर डॅडनी माझ्याकडं अशा नजरेनं पाहिलं की, आता मला लेक्चर ऐकावं लागणार, हे माझ्या लक्षात आलं.

"हे बघ पोरी," ते बोलू लागले. त्यांच्या चेहऱ्यावर स्मिताचा लवलेशही नव्हता, "आपण एखाद्याला मदत करू शकत असलो, तर कधीही त्याला तसंच सोडून जायचं नाही. मी जर या बाईला मदत केली तर जर कधी माझ्या मुलीला – माझ्या एकुलत्या एक बिघडलेल्या मुलीला गरज पडली किंवा ती कधी एकाकी असली तर कुणीतरी थांबून मदत करण्याची खूप शक्यता आहे. तू इथंच थांब, मी आलोच!"

आता कुठं जून महिन्याची सुरुवात होती, तरी थंडी हाडांत शिरत होती. डॅड पावसातून त्या बाईच्या एस टेन पिकअपच्या दिशेनं चालत जाताना दिसत होते. पाचच मिनिटांत ते परत आले.

"पेट्रोल संपलंय."

"ओह, आता आपण काय करायचं?" मी अगदीच काही बिघडलेली, कुणाची पर्वा नसलेली कारटी नाहीय, हे डॅडना दाखवण्याचा प्रयत्न करत मी विचारलं. मला गाडी चालवण्याचा शिकाऊ परवाना मिळायला अजून एक आठवडा बाकी होता. मॉम आणि डॅडनी माझ्यासाठी जुनी 'फायरबर्ड' विकत घेतली होती. अजून आठवड्याभरानं माझं मला डॅर्लिनकडं जाता येणार होतं.

"मागच्या बाजूला पेट्रोलचा रिकामा कॅन आहे. या रस्त्याच्या टोकाला पेट्रोल पंप आहे, तिथं जायला पाहिजे."

"ओके, डॅड."

आम्ही दोन मिनिटांत पेट्रोल पंपावर पोहोचलो. पेट्रोलपंप काही दूर नव्हता. ती बाई तिथं चालत जाऊ शकली असती.

डॅडनी ट्रक पेट्रोल पंपाजवळ उभा केला आणि गाडीत मागं ठेवलेला रिकामा कॅन घेऊन ते पेट्रोल पंपावर गेले, त्यात पेट्रोल भरून घेतलं आणि पैसे दिले. ते पेट्रोल घेऊन चालत ट्रकच्या दिशेनं येताना मी पाहात होते... पावसाच्या धूसर पडद्याआड वाऱ्याच्या झुळकीबरोबर त्यांचे लांब सोनेरी केस लहरत होते. त्यांनी कानात अतिशय अभिमानानं क्रॉस घातला होता. त्यांची हातांची अतिशय छान निगा राखली होती... तितक्यात ते ट्रकचं दार उघडून आत आले.

"जेन, डॅर्लिनचं घर कोपऱ्यावरच आहे. मी तुला तिथं सोडून इथं परत येतो, ट्रक लावतो आणि हे पेट्रोल देऊन येतो. तुम्ही मॉलमध्ये मजा करा. आणि आठपर्यंत घरी परत ये.

"शुअर डॅड, ओके," मी म्हणाले.

डॅडनी मला डॅर्लिनच्या घराजवळ सोडलं. मी त्यांच्या गालावर हलकासा पापा देऊन निघाले.

त्यानंतरच्या आठवड्यात मला शिकाऊ परवाना मिळाला. त्यानंतर लवकरच गाडी चालवण्याचा परवाना मिळाला. त्या वर्षीच्या उन्हाळ्यात मी आणि डॅर्लिन गाडीतून सगळीकडं फिरलो. शाळा सुरू झाली, तेव्हा तर मी अतिशय रोमांचित झाले होते. कारण आता माझी मी गाडी घेऊन शाळेत जाऊ शकत होते. आता बसची आवश्यकता नव्हती.

शरदऋतू झटपट सरला आणि हिवाळा आला. 'फायरबर्ड'नं मला बहाल केलेलं स्वातंत्र्य अजूनही मला फार आवडत होतं; पण हिवाळ्यात बर्फातून गाडी चालवण्याचा माझा पहिलाच अनुभव होता. हे माझ्यासमोर आव्हानच होतं. एके दिवशी सकाळी मी शाळेत गेले तेव्हा आकाश निरभ्र होतं; पण नंतर दिवसभर बर्फ वेड्यासारखं कोसळलं... अगदी नकोसं वाटणारं हिमवादळच!

शाळा सुटण्याचा वेळेपर्यंत वीस इंच बर्फ साचलं होतं. माझं सुदैव म्हणजे मी रस्त्यावरून वाट काढत जाऊ शकत होते, पण लवकरच नशिबाची लहर फिरली आणि माझी गाडी बर्फात रुतली.

मी माझी लाल 'फायरबर्ड' बर्फातून बाहेर काढण्याचा प्रयत्न करतीय, हे दृश्य एका भल्यामोठ्या, धिप्पाड माणसानं पाहिलं. तो माझ्या गाडीच्या दिशेनं आला.

"मिस्, मदत हवीय?" त्यानं खिडकीच्या काचेवर टकटक करत विचारलं.

मी काच जराशी खाली घेतली. बाहेरून थंडगार हवेचे झोत येत होते.

"होय, बर्फात चाकं नुसती जागीच फिरतायत," मी म्हणाले.

"मी ढकलतो... यू गिव्ह अ लिट्ल गॅस," त्यानं सूचना दिली.

"ओके," तो गाडीच्या मागच्या बाजूनं ओरडून सांगत होता,

"छान. आता चाकं सरळ करा. मिस्, चाकं सरळ करा."

त्यानं आणखी जोर लावून गाडी ढकलली.

"अ लिट्ल मोअर गॅस, जस्ट अ लिट्ल."

अखेर माझी गाडी पुढं गेली... मी बर्फाच्या कचाट्यातून सुटले!

त्यानं मान डोलावत हात केला.

"थँक्यू, मिस्टर," मी पर्समधून पाच डॉलर्सची नोट काढत म्हणाले,

"थँक्स! तुम्ही मदत केलीत, फार बरं झालं," मी त्याच्या दिशेनं नोट फडकवली.

"सॉरी, मी हे घेऊ शकत नाही. मी तुम्हाला अडचणीत पाहिलं, तुम्हाला मदतीची गरज आहे, हे दिसलं म्हणून मी मदतीचा हात दिला. मी तुम्हाला मदत करू शकलो आणि तुम्ही माझे त्याबद्दल आभार मानलेत यातच मला ते मिळालं. तुम्ही अशाच कुणा अडकलेल्या व्यक्तीला मदत करून ही साखळी अशीच सुरू ठेवू शकता... मी याकडं फक्त याच दृष्टीनं पाहतो. जा, घरी जा, या बर्फातून बाहेर पडा."

"बरं. थँक्स, मिस्टर, पुनःश्च आभार."

"यू आर वेलकम! लक्षात ठेवा... पास इट ऑन!" असं म्हणून तो त्याच्या गाडीत बसून निघून गेला.

घरी परत येताना मला डॅडचं बोलणं आठवून फार भारावल्यासारखं झालं होतं.

'डॅड, थँक यू... मागच्या उन्हाळ्यात त्या एकट्या बाईला तुम्ही मदत केलीत, त्याबद्दल आभार!

माझ्या वडिलांचं त्या दिवशीचं 'लेक्चर' आणि त्या भल्यामोठ्या धिप्पाड माणसाचं मला मदत करणं, अकस्मात मला खूप काही शिकवून गेलं आणि

मी अभिमानानं सांगते की, मी आता स्वार्थी कार्टी राहिले नाही! आपल्याला जेव्हा-जेव्हा शक्य होईल, तेव्हा-तेव्हा इतरांना मदत करायची हे तत्त्व मी शिकले आहे, कारण इतरांना मदत करण्यामुळं जर कधी माझ्या डॅडना, माझ्या दयाळू आणि प्रेमळ डॅडना गरज लागली, तर कुणीतरी थांबून त्यांना मदत करण्याची खूप शक्यता आहे.

– जोआन लेविस

युद्धकथा

युद्धकथा. त्यावरच मी मोठी झाले होते. बऱ्याच वर्षांपूर्वीची गोष्ट आहे. नेहमीसारखाच शाळेचा दिवस होता. मी ओटमीमला नाक मुरडत होते. तेव्हाचा माझ्या वडिलांचा सार्थ संताप मला आजही आठवतोय. त्यांचं बोलणं हा मला तेव्हा 'भडका' वाटला होता.

"सॅन्डी, आम्ही न्यू गिनीमध्ये होतो, तेव्हा हे मिळवण्यासाठी आम्ही काहीही द्यायला तयार झालो असतो..." आणि मग कथा सुरू व्हायची. अशा इतरही बऱ्याच कथा होत्या, अशाच... आम्हाला जराही कौतुक नसलेल्या. मी डॅडबरोबर 'इलेवन्थ एअरबोर्न युनिट'च्या पंचेचाळीसाव्या स्नेहसंमेलनाला जायचं ठरवलं, तेव्हा त्या सगळ्यांबद्दल आपल्याला माहीत आहेच, असं मला वाटत होतं.

आम्ही तिथं लवकर पोहोचलो होतो. मी डॅडचे सगळे पूर्वीचे साथीदार एकत्र जमताना पाहात होते. दुसऱ्या जागतिक महायुद्धानंतर पाच वर्षांनी म्हणजे १९५० साली डॅड या स्नेहसंमेलनाला उपस्थित राहिले होते, त्यानंतर ते आत्ताच त्यांना भेटत होते. त्यामुळं काही जण ओळखू येत होते, काही जण विस्मरणात गेले होते.

"जॉन, ओळखलंस मला?" एका प्रसन्न चेहऱ्याच्या माणसानं आमच्याजवळ येऊन विचारलं. त्याच्या पायात किंचितसा अधूपणा होता.

"का रे, सायलेन्ट योकेम! अरे, होतास कुठं तू?" माझ्या वडिलांनी विचारलं.

"मी अमेरिकेला आल्यानंतर तुला शोधण्याचा खूप प्रयत्न केला; पण त्याला यश आलं नाही."

"अरे, मी कधी प्रसिद्ध नव्हतोच, जॉन... त्यामुळं."

मग ते रुडी क्विआत्कोवस्की ऊर्फ 'सायलेंट योकेम' माझ्याकडं वळून म्हणाले, "तुझ्या म्हाताऱ्याचे माझ्यावर खूप उपकार आहेत. तो नसता तर मी जिवंत दिसलो नसतो. तुला सांगतो. आम्ही लीटेमध्ये होतो, तेव्हा माझा गुडघ्याचा अक्षरशः चुरा

झाला होता, मला चालता येत नव्हतं. वैद्यकीय उपचार देणारे दोघंही गोळ्या लागून नुकतेच मृत्युमुखी पडले होते. बॉम्बवर्षाव सुरू असल्यामुळं सगळे जण भराभर निघून जात होते. त्या वेळी तुझा डॅड मात्र मला सोडून न जाता मागं थांबला होता. मी त्याला 'तुझा तू निघून जा' असं सारखं सांगत होतो; पण त्यानं माझं ऐकलं नाही... त्यानं मला पाठीवर टाकून तिथून दूर नेलं.''

''हे काही मी एकट्यानं केलं नाही,'' डॅड मध्येच म्हणाले, ''आणखी एकानं मला मदत केली होती. मला एकट्याला हे कधीच जमलं नसतं.''

मी नि:स्तब्ध झाले होते. अखेर मी कसंबसं सावरून डॅडना विचारलं की, तुम्ही ही कथा मला कधीच का नाही सांगितली?

''अशा प्रकारच्या कथा नेहमीच्याच असतात. आम्ही सगळ्यांनीच एकमेकांना मदत केली आहे,'' ते खांदे उडवत म्हणाले.

माझ्या वडिलांसारख्या अनेक जुन्या लोकांजवळ अभिमानानं दाखवण्याजोगी पदकं नाहीत. त्यांच्या कार्याचा लाभ झालेले कृतज्ञ लोक त्यांच्याविषयी बोलतात, तेव्हाच त्यांच्या धैर्याचा, साहसाचा सन्मान असा पृष्ठभागावर येतो.

मी माझ्या वडिलांकडं पाहून स्मित केलं... अचानक माझा ऊर त्यांच्याविषयीच्या अभिमानानं भरून आला.

युद्धकथा! आता मी त्यांच्याकडं वेगळ्या नजरेनं बघते... आणि त्या कथा घडवणाऱ्या माणसांकडंही.

– जून सॅन्ड्रा कार्शेन

डॅडींची खारोटी

मी त्या वेळी सोळा वर्षांची होते की सतरा वर्षांची, ते मला नीटसं आठवत नाही; पण शरद ऋतूतला तो सूर्यप्रकाशानं चमकणारा दिवस मला अगदी स्पष्ट आठवतोय.

शनिवारचा दिवस होता. त्या प्रसन्न ताज्या टवटवीत सकाळी डॅड आणि मी भटकंतीला निघालो असताना वाटेत एक खारोटी दिसली... आणि तिनं माझं आयुष्य कायमचं बदलून टाकलं.

आमच्या कारमध्ये मी पुढच्या सीटवर डॅडच्या शेजारी बसलीय... माझ्या अजूनही लक्षात आहे. ही काही स्वप्नवत गतस्मृती नाही. हा प्रसंग पुन्हा-पुन्हा माझ्या नजरेसमोर अगदी स्पष्टपणे येत असतो... अगदी आज घडल्यासारखा.

मी कारच्या खिडकीतून बाहेर पाहात, दिवास्वप्नात दंग, रेडिओवरच्या गीताच्या सूरात सूर मिसळून गात होते. ती हिप्पी ट्यून डॅडना आवडणारी नव्हती हे नक्की.

"ही असली कर्कश्श हिप्पी गाणी..." मी रेडिओ बंद करावा यासाठी त्यांनी नापसंती व्यक्त केली. आम्ही एका चौकाजवळ आलो. तिथं डाव्या बाजूला एक उद्यान होतं. तिथले झोपाळे आणि घसरगुंड्या आत्ता रिकामे होते. स्थानिक बारच्या समोरच्या बाजूला, करड्या काँक्रिटच्या पट्ट्यांमधून हिरवट-तपकिरी रंगाच्या हिरवळीचे चौकोन पसरले होते. 'द टॅबर्न' कारखान्यातल्या कामगारांना आठवडाभर मस्त भोजन पुरवत असे. माझ्या मनात आलं, इथं परतलेल्या कांद्याचा आणि बर्गर्सचा खमंग वास कसा काय येत नाहीय? इथले रस्तेही अगदी सुनसान होते. नेहमी इथं बरीच वर्दळ असते.

आम्ही डाव्या बाजूला वळत असताना डॅडनी करकचून ब्रेक लावला आणि मी दचकले.

नेहमीप्रमाणे त्यांचा उजवा हात वर झाला, त्यांचा 'पॅसेंजर' सुरक्षित आहे ना

हे पाहण्यासाठी (त्या काळी सीट बेल्ट नव्हते.). आम्ही अजिबातच वेगात नव्हतो त्यामुळं त्यांच्या या आर्त प्रतिक्रियेचं मला आश्चर्य वाटलं. समोर नजरेच्या टप्प्यात तर काहीच नव्हतं. मी गायन थांबवलं आणि ताठ होऊन आजूबाजूला पाहू लागले. फक्त पाहणं सोडून मी काहीच करू शकत नव्हते.

डॅडनी झटकन कार थांबवली आणि ते एक शब्दही न बोलता बाहेर गेले (असं कधीच होत नसे.). त्यांनी हळुवारपणे एक खारोटी उचलली. रस्ता भरधाव वेगानं ओलांडताना हा इटुकला जीव नुकताच आमच्या गाडीच्या टायरखाली आला होता. कदाचित ही इटुकली खारोटी हिवाळ्यासाठी अन्न गोळा करत असावी, पण तिचं ते काम काही पूर्ण झालं नव्हतं.

डॅडनी एका मेपलच्या झाडाखाली गवतावर तो इवलासा, करड्या रंगाचा, बारीक लव असलेला देह ठेवला. त्यांनी क्षणभर आजूबाजूला नजर टाकली आणि सगळ्यात मोठं सोनेरी केशरी पान हुडकून ते त्या खारोटीवर अंथरलं.

मी पहात होते... डॅडच्या डोळ्यांत पाणी होतं. त्यांचे सदैव उत्कटतेनं आणि जीवनरसानं ओथंबून चमकणारे निळेशार डोळे भरून आले होते... त्यांच्या डोळ्यांतून एक अश्रू खळकन निसटलाच. गालावर ओघळलेला तो अश्रू त्यांनी झटकन पुसला, नाक वर ओढलं आणि ते पुन्हा कारमध्ये येऊन बसले... त्यांनी दुसरा अश्रू दिसू दिला नाही.

डॅडना रडताना मी पहिल्यांदाच पाहात होते असं नाही; पण मी सुन्न झाले होते. डॅडनी त्यांच्या मनाचा हा कप्पा लपवून ठेवला आहे, हे माझ्या लक्षात आलं होतं. त्या वेळची माझ्या मनातली भावना शब्दांत सांगता येणार नाही.

मी डॅडना अंत्यविधीच्या वेळी रडताना पाहिलं होतं; पण तेव्हा तर सगळेच रडतात. अशा प्रसंगी दूरवर राहणारे प्रियजन भेटायला आले की चक्क संमेलनच भरतं; पण एखाद्या खारोटीसाठी अश्रू – एक साधासा कुरतडणारा प्राणी? त्याच्यासाठी एखाद्या माणसानं – विशेषत: माझ्या वडिलांनी – अश्रू ढाळून काय होणार आहे?

याच माणसावर माझं प्रेम होतं आणि मला त्यांची भीतीही वाटायची. हाच माणूस दर रविवारी आणि सुट्टीच्या दिवशी अगदी कटाक्षानं आम्हाला घेऊन जात असे, पण तो धर्म मानणारा नव्हता. त्यांनी आम्हाला जे सांगितलं त्यानुसार आम्ही वागलो. कुणाबद्दल कधीही माघारी निंदानालस्ती करायची नाही, हे आम्हाला कळलं होतं. हा अगदी कडक, सरळमार्गी, गंभीर, चटकन संतापणारा माणूस; पण जेव्हा तो हसायचा तेव्हा ते हसू त्याच्या बेंबीच्या देठापासून उमलून आलेलं असायचं... गडगडाटी... रसरसत्या ज्वालामुखीसारखं! डॅडची कुठलीच गोष्ट शांत सौम्य, अशी नसायचीच. त्यांना सगळं काही माहीत असायचं आणि त्यांचा अतिशय धाक असायचा. मग रस्त्यावरच्या या अपघातानं त्यांना रडू का यावं? मला समजत नव्हतं.

डॅडना रडताना पाहून माझं काळीज चिरत गेलं. ते मोठ्यानं रडले असते, तर मीही त्यांना साथ दिली असती. डॅडमध्ये संवेदनशीलता असेल, असं मला कधीच वाटलं नव्हतं... ते कायम खंबीर, मजबूत, कणखर असेच होते.

त्यानंतर आम्ही दोघंही वाटेत अगदी गप्प होतो. मी रेडिओ बंद केला का काय ते मला आठवत नाही... पण ऐकायला येत होती, ती फक्त आमच्या काळजांची स्तब्धता. मी आत्ताच अनुभवलेल्या प्रसंगाचा विचार करत होते. डॅडच्या मौनाचा अर्थ मला कधीच नीट समजला नाही.

आता मोठी झाल्यानंतर मनात येतं, डॅड त्यांनी आयुष्यात भोगलेलं सगळं दुःख आणि वियोग यांमुळं तर रडले नसतील? त्या शनिवारी सकाळी, या अनपेक्षित अपघातात त्यांच्या ब्रेक्सच्या हिसक्यासोबत त्यांच्या हृदयातल्या जुन्या वेदना वर्तमानात अचानक उफाळून तर आल्या नसतील? वयाच्या तेराव्या महिन्यापासून आईच्या मायेचं छत्र हरवलेल्या डॅडना घरी वाट पाहणाऱ्या इवल्या-इवल्या गोंड्याच्या शेपट्यांच्या पिल्लांकडं आता कधीच जाता येणार नसलेल्या खारोटीला पाहून वयाच्या तेराव्या महिन्यांपासून आईच्या मायेचं छत्र हरपलेल्या डॅडच्या काळजाच्या तळातलं दुःख वर आलं असेल का? ज्याचं काहीही चीज होत नाही, असं काम अगदी झोकून देऊन परिश्रमपूर्वक करताना येणाऱ्या ताणामुळं तर हे अघटित घडलं नसेल ना? का त्यांच्या मनात त्यांच्या चार उर्मट मुलांची चिंता असेल? त्यांच्यावर आपला आता वचक राहिलेला नाही, असं तर त्यांना वाटत नसेल? (तसं वाटत असेल तर ते चुकीचं होतं!) मुलांचं मोठं होणं आपण रोखू शकत नाही आणि आपण आपलं प्रेम अगदी कडक सुरक्षेतच व्यक्त केलं पाहिजे, आम्ही सदैव आठ वर्षांचंच राहावं अशी त्यांची इच्छा होती... हे सगळे विचार तर त्यांच्या मनात नसतील? ...त्या दिवशी त्यांच्या मनात काय चाललं होतं, ते मला कधीच कळलं नाही; पण खडबडीत पृष्ठभागाखाली मी एक किंचितसा ओरखडा पाहिला आणि त्यानं माझी डॅडकडं बघण्याची दृष्टी कायमची बदलली.

त्यांच्या व्यक्तिमत्त्वाला एक सखोल, आदरभावयुक्त पैलू होता, जो त्यांना गुप्त ठेवायचा होता. त्यांना संपूर्ण जीवनाविषयी – अगदी परमेश्वराच्या इतक्या – प्राणिमात्रांबद्दलचासुद्धा अतिशय आदर होता, ज्याची मी कधी कल्पनासुद्धा केली नव्हती. त्यांच्या खऱ्या आध्यात्मिकतेची झलक त्या दिवशी मला दिसली होती. मला वाटतं संपूर्ण जगच त्यांच्यालेखी चर्च होतं. अर्थात आमचं त्या प्रसंगाबद्दल कधीही बोलणं झालं नाही.

खारोटीच्या निश्चल देहाची उपेक्षा होऊ नये, यासाठी त्यांनी तिला रस्त्यातून

अगदी सन्मानानं बाजूला नेलं होतं. त्या खारोटीनं त्यांच्या डोळ्यांत पाणी आणलं या घटनेनं माझ्या डोळ्यांत पाणी आणलं होतं.

डॅडना जाऊन खूप काळ लोटला आहे. पण आजही मला गाडी चालवताना त्यांची आठवण होते. रस्त्याकडेला लगबगीत असलेली खारूताई दिसली की, मी थांबते आणि तिला जाऊ देते. डॅड कारमध्ये माझ्याशेजारी बसलेले असतात, अशी माझी श्रद्धा आहे. मी शेजारच्या सीटकडं नजर टाकते, तेव्हा ते माझ्याकडं पाहून स्मित करत म्हणतात, "गुड जॉब."

मीही त्यांच्याकडं पाहून हसते. डोळ्यांत दाटून आलेले अश्रू पुसते. त्यांच्या जबरदस्त अस्तित्वाची उणीव मला अजूनही भासते. त्यांनी त्यांचा मनाचा आतला कप्पा नकळत माझ्यासमोर खुला केला, याबद्दल मला कृतज्ञता वाटते. त्यांच्या व्यक्तिमत्त्वाचा जो पैलू फार थोड्यांनी पाहिला होता व फार थोड्यांना तो माहीत होता, ते त्यांचं गुपित आम्हा दोघांत राहिलं. मेपलच्या मोठ्या पानाखाली चिरविश्रांती घेणारी खारोटी भावबंधांनी जोडलेल्या दोन आत्म्यांवर इतका परिणाम घडवेल, असं कुणाला वाटेल?

– लॉरेली एच. हार्ज

धन्यवाद, डॅड

तुमच्या मुलासाठी खर्च करण्याजोगी सर्वोत्तम गोष्ट म्हणजे, तुमचा वेळ.

– अरनॉल्ड ग्लासगो

माझे वडील अकरा वर्षांचे असताना त्यांना पहिलं काम मिळालं. ते 'बॉलिंग अॅले'बाहेरचा कचरा साफ करण्याचं. त्यानंतर दोनच वर्षांत त्यांचे वडील निवर्तले आणि 'डिप्रेशन'च्या काळात हातातोंडाची मिळवणी करण्यासाठी डॅडना वेगवेगळी कामं करावी लागली. अशीच दहा वर्षं गेली. त्यानंतर डॅड प्रेमात पडले, त्यांनी माझ्या मॉमशी लग्न केलं, त्यांना मुलगी झाली. त्यानंतर त्यांच्या संसारात आणखी आठ मुलांचं आगमन झालं.

त्या काळी डॅडचा दिनक्रम ठराविक असे. तो त्यांनी कधीही मोडला नाही. ते सकाळी सहाच्या आत उठून, आवरून ट्रेननं कामावर जात असत. ते त्यांना परत घरी यायला साडे-पाच वाजून जात असत. रात्रीचं जेवण झालं की, डॅडी झोपेपर्यंतच्या वेळात, तळघरात कृत्रिम दातांचे भाग तयार करून आणखी पैसे मिळवत असत.

दोन वर्षांपूर्वी वयाच्या चौसष्टाव्या वर्षी डॅड निवृत्त झाले. मी लहान होतो, तेव्हा मॉम व डॅड दोघांनीही आमची गरिबी लपवण्यासाठी आटोकाट प्रयत्न केले. आम्ही सर्व भावंडं कॅथॉलिक स्कूल्समध्ये गेलो. तिथं शाळेतून पुष्कळ गोष्टी मिळायच्या. आम्ही 'बंक बेड'मध्ये झोपायचो, सगळ्यांच्यात मिळून एकच बाथरूम वापरायचो आणि दिवाणखान्यात ठेवलेला छोटा कृष्ण-धवल टीव्ही पाहायचो. मॉम आणि डॅडनी स्वत:साठी कधीच काही आणलं नाही. ते कूपन्स कापून ठेवायचे, वीस-वीस वर्षं त्यांनी एकच रबरी तळाचे बूट वापरले, दर शनिवारी दुपारी त्यांचा फाटलेले कपडे शिवण्याचा कार्यक्रम असायचा.

त्यांच्या निवृत्तीच्या पार्टीमध्ये मला डॅडच्या या सगळ्या खडतर परिश्रमांबद्दल

आणि त्यागाबद्दल माझ्या दृष्टीनं सर्वोत्तम असेल, अशी भेटवस्तू देऊन त्यांचे आभार मानायचे होते. त्यांना मोठ्या पडद्याचा टीव्ही घेऊन द्यावा असं मला वाटत होतं, जो घेणं त्यांना कधीच जमलं नव्हतं किंवा त्यांना सुट्टीसाठी कुठंतरी पाठवावं असं वाटत होतं, डॅडी आजवर कधीच कुठं सुट्टीला गेले नव्हते. मी खरेदीला गेले तेव्हा माझ्या लक्षात आलं की, डॅडींचे आभार मानायला कुठलीच वस्तू पुरेशी नाहीय. डॅडनी त्यांच्या कठोर मेहनतीतून आणि परमेश्वरावरील श्रद्धेतून मला शिकवण दिली होती की, सर्वांत मोठी भेट हृदयातून मिळते, दुकानातून नव्हे.

त्या रात्री मी एक यादी करायला बसलो... माझ्या वडिलांनी माझ्यासाठी जे काही केलं होतं, त्या-त्या गोष्टींबद्दल 'धन्यवाद यादी' तयार करायला. डॅड निवृत्त झाले, त्या दिवशी ते अखेरचे कामावर जाण्याआधी त्यांनी वाचावं, यासाठी मी तो कागद स्वयंपाकघरात टेबलावर ठेवला.

धन्यवाद, डॅड

- बाहेर अजून अंधार असायचा, आम्ही उबदार बिछान्यांत साखरझोपेत असायचो, त्या वेळी दररोज सकाळी लवकर उठून कामावर गेल्याबद्दल.
- मला परमेश्वराची प्रार्थना करायला शिकवल्याबद्दल.
- माझ्या सगळ्या 'लिट्ल लीग' सामन्यांना हजर राहिल्याबद्दल आणि इतर मुलांचे वडील गप्प राहू शकत नसत, अशा वेळी तुम्ही मात्र गप्प राहिल्याबद्दल.
- माझ्या आईवर मनापासून प्रेम केल्याबद्दल.
- माझ्यासाठी चीज बर्गर्स बनवल्याबद्दल.
- प्यायल्यानंतर गाडी चालवण्याचा कितीही मोह झाला, तरी 'नाही' म्हणायचा ठामपणा माझ्यात रुजवल्याबद्दल.
- मला जेव्हा अतिशय गरज असायची, तेव्हा मला 'जादू की झप्पी' दिल्याबद्दल.
- रात्रीच्या वेळी रेल्वे स्टेशनवरून एकट्यानं घरी चालत येण्याची मला भीती वाटायची, त्या वेळी मला न्यायला आल्याबद्दल.
- नेहमी सस्मित असल्याबद्दल.
- मला माझी पहिलीवहिली कार घ्यायला मदत केल्याबद्दल.
- मी पहिलीत असताना बनवलेला ओबड-धोबड कागदी टाय परिधान केल्याबद्दल.
- माझ्यासाठी प्रार्थना केल्याबद्दल.

– युद्धात आपल्या देशासाठी लढल्याबद्दल.
– मी सारखं-सारखं 'प्लीज' आणि 'थँक यू' म्हणायची गरज नाही, हे सांगितल्याबद्दल.
– एक मुलगा गमावल्यानंतरही मला जीवन दिल्याबद्दल.
– आपल्याइतके सुदैवी नसलेल्यांच्या बाबतीत औदार्यानं वागायला शिकवल्याबद्दल.
– अतिशय चांगले आजोबा असल्याबद्दल.
– 'रडलास तरी चालेल,' असं मला सांगितल्याबद्दल.
– माझे 'हिरो' असल्याबद्दल.
– माझे मित्र असल्याबद्दल.

– *जेम्स रुका*

www.ingramcontent.com/pod-product-compliance
Lightning Source LLC
LaVergne TN
LVHW031434170726
843492LV00010B/2996

* 9 7 8 8 1 8 4 9 8 9 9 6 0 *